நிலநடுக்கம்

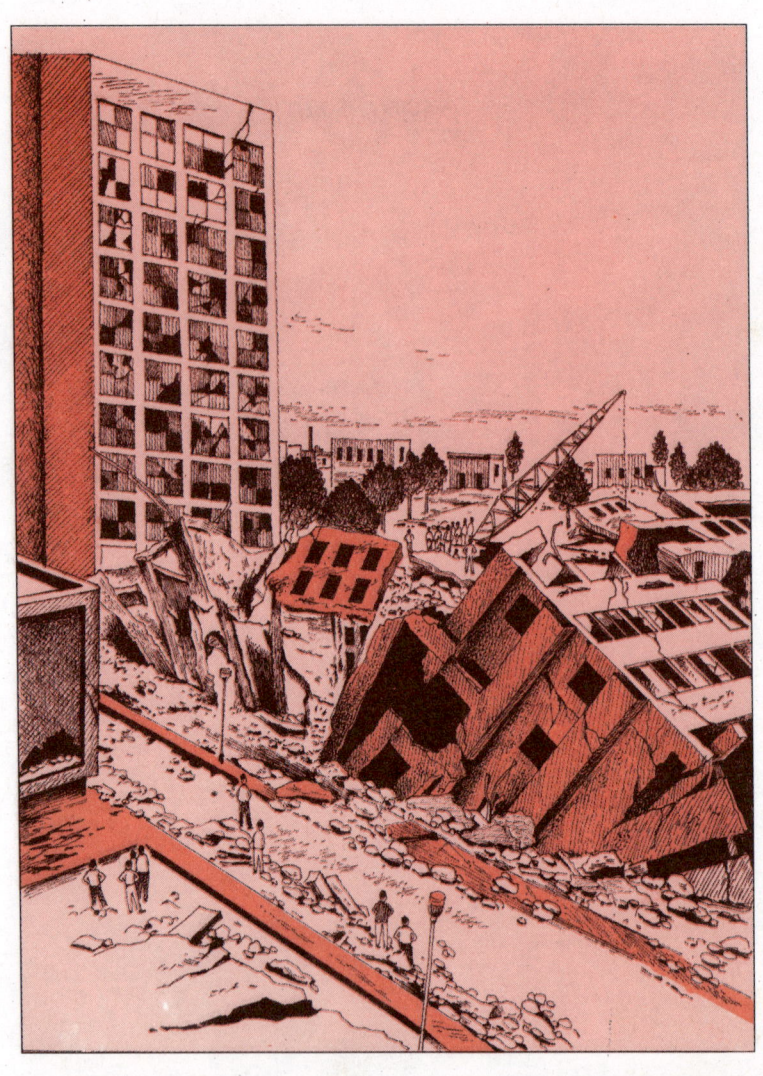

கடுமையான நிலநடுக்கம் பலமாடிக் கட்டிடங்களை அழித்து விடும்.

அனைவருக்கும் அறிவியல்

நிலநடுக்கம்

ஏ.கே.ஆர். ஹெம்மாடி

தமிழாக்கம்
ஆர். குபேரன்

nbt.india
एकः सूते सकलम्

நேஷனல் புக் டிரஸ்ட், இந்தியா

ISBN 978-81-237-3769-0

முதற்பதிப்பு 2002
இரண்டாம் பதிப்பு 2018 (சக 1940)

© ஏ.கே.ஆர். ஹெம்மாடி, 1996
தமிழாக்கம் © நேஷனல் புக் டிரஸ்ட், இந்தியா

Original Title : Earthquake
Tamil Translation : Nila Nadukkam

₹ 115.00

வெளியீடு: இயக்குநர், நேஷனல் புக் டிரஸ்ட், இந்தியா
5 நேரு பவன், இன்ஸ்டிடியூஷனல் ஏரியா, பேஸ் II
வஸந்த் குஞ்ச், புதுதில்லி - 110 070
வலைதளம் : www.nbtindia.gov.in

பொருளடக்கம்

	அணிந்துரை	vii
	சமர்ப்பணம்	ix
	முன்னுரை	xi
	நன்றியுரை	xvii
1.	நிலநடுக்கம் எவ்வாறு உண்டாகிறது	1
2.	நிலநடுக்கம் பற்றிய ஆய்வு	16
3.	அளக்கும் கருவிகள்	25
4.	நிலநடுக்க மண்டலங்கள்	41
5.	முன்னுரைத்தல்	75
6.	நிலநடுக்கத்தைத் தாங்கும் கட்டிடங்கள்	86
7.	பொதுக்கொள்கை	97
	பின்னிணைப்பு: நிலநடுக்க ஆய்வின் பொருளாதார முக்கியத்துவம்	103

அணிந்துரை

மண்ணியல் ஆராய்ச்சி மற்றும் வானிலை ஆராய்ச்சி ஆகிய இரு அறிவியல்களும் பலவிதங்களில் ஒன்றின்மீது ஒன்று செயலாற்று கின்றன. என்றபோதிலும் இவ்விரண்டு அறிவியல்களுக்கும் பிடிபடாமலிருப்பது, மிக்க அழிவுதரக்கூடிய இயற்கையின் செயலை முன் கூட்டியே அறியமுடியாமலிருப்பதுதான்! அறிவியல்களிலிருந்து நமக்குக் கிடைத்த வெற்றி என்னவென்றால், சேதங்களை முடிந்த அளவு குறைப்பதற்குத் தேவையான பொறியியல் நுணுக்கங்களையும் கருத்துக்களையும் மேலும் மேலும் வளர்ச்சியடையச் செய்வதாகும்.

இப்போதுள்ளதைவிட மண்ணியலுக்கு மேலும் அதிகமான ஆராய்ச்சிகள் தேவை. இந்த விதத்தில் வானிலை ஆராய்ச்சி அதிக முக்கியத்துவம் பெறுகிறது. ஏனெனில், வானப் பயணம் மற்றும் பல வணிகத்துறைகளில் இது தனி இடம் பெற்றுள்ளது. மேலும் பொதுமக்களின் பார்வையில் உள்ளது. தினந்தோறும் வானிலை அறிக்கை ரேடியோவிலும் டெலிவிஷனிலும் செய்தித்தாள்களிலும் காணப்படுகிறது. நிலநடுக்கம் பற்றி சரியான அறிக்கைகள்கூட வருவதில்லை, அது ஏற்பட்ட இடத்தைத் தவிர மற்ற ஊர்களில் எவரும் நிலநடுக்கத்தைக் கண்டு உணர முடியாதது அறிந்ததே! 'ரிச்டர்' அளவு என்றால் சிலர் அது ஏதோவொரு விசித்திர மீன் என்றுகூட நினைப்பார்கள்

திரு ஏ.கே.ஆர். ஹெம்மாடியின் இந்நூல் மனித இனம் நிலைத்து நிற்பதற்குத் தேவையான ஒரு முக்கியமான அறிவியல் பற்றி மக்கள் அறிந்துகொள்வதற்கு இன்றியமையாததாகும். இது நிலநடுக்கம் பற்றிய ஆராய்ச்சிக் கட்டுரையல்ல. ஆனால் மண்ணியல் பற்றி அறியாத பாமர மக்களுக்கும் வல்லுனர் களுக்கும் கவர்ச்சியூட்டுமாறு உள்ளது. மண்ணியலாருக்கும்

பொதுத்துறைப் பொறியாளர்களுக்கும் நோட்டுப்புத்தகத்தைவிட வசதியாகக் கையாளும்படி இருக்கும். தெளிவாகவும் சுருக்கமாகவும் எழுத்து நடையுள்ளது. எளிதில் புரியும்படியான சொற்கள் பயன்படுத்தப்பட்டுள்ளன.

உயர்ந்த தகுதியும் அனுபவமும் பெற்ற ஹெம்மாடி இந்திய மண்ணியல் ஆய்வகத்தின் பொறியியல் மண்ணியல் பிரிவின் (தென்மண்டல) இயக்குனராகப் பணியாற்றி, ஓய்வு பெற்ற பின்னும் தன் துறையின்மீது மீளாக்காதல் கொண்டுள்ளார். அவர் சுபா அணை (காளிநதித் திட்டம், கர்நாடகா) மற்றும் ஸ்ரீசைலம் திட்டம் (ஆந்திரா) போன்றவற்றின் நிபுணர் குழுவில் அங்கம் வகித்துள்ளார். கொங்கண் ரயில்வேயின் வாசவி-திவா மற்றும் மும்பை-ரத்னகிரி ரயில்வே திட்டங்களுக்கு பொறியியல் மண்ணியல் ஆய்வுகள் செய்யும் பொறுப்பேற்றிருந்தார்.

எம்.என். பெரி
புதுதில்லி   முன்னாள் தலைவர், ரயில்வே போர்டு

சமர்ப்பணம்

இந்திய மண்ணியல் ஆய்வகத்துக்கும், அதைச் சேர்ந்த ஐந்து மண்ணியலாருக்கும் இப்புத்தகம் சமர்ப்பிக்கப்படுகிறது. அந்த மாபெரும் வல்லுனர்கள் பத்தொன்பதாம் நூற்றாண்டிலேயே இந்தியாவில் நிலநடுக்க ஆய்வுக்கும் 1960இல் வெளியிடப்பட்ட பாறைத் தட்டுத் தத்துவத்துக்கும் அடிப்படை அமைத்தனர்.

இந்திய மண்ணியல் ஆய்கத்தின் இயக்குனராக 1935ஆம் ஆண்டு ஓய்வு பெற்ற டாக்டர் எல்.எல். ஃபெர்மர் (இப்பதவி சுதந்திரத்துக்குப் பின் பொது இயக்குனர் என்று அழைக்கப் படுகிறது) இவ்வாறு கூறினார்:

> "உலகில் வேறு எந்த மண்ணியல் ஆய்வுத்துறையிலும் இந்த அளவுக்கு நிலநடுக்கங்கள் பற்றிய முக்கியமான பதிவுகளும் குறிப்புகளும் இருக்குமா என்பது சந்தேகமே."

ஐந்து மண்ணியலார் பின்வருமாறு: டாக்டர் டி.ஓல்டுஹாம், ஆர்.டி. ஓல்டுஹாம் (ஓல்டுஹாமின் மகன்), டபிள்யூடி. பிளாண்டு போர்டு சகோதரர்கள் (முதன்மையான புதைபடிவ ஆய்வாளர்) மற்றும் ஹெச்.எப்.. (கல்கத்தா பிரசிடென்சி கல்லூரியில் இயற்பியல் பேராசிரியராக நியமிக்கப்பட்டவர், இந்தியாவில் முதல் வானிலை ஆய்வகம் நிறுவியவர்), மற்றும் பிரான்சிஸ் ஃபெட்டன்.

டாக்டர் டி. ஓல்டுஹாம் இந்திய மண்ணியல் ஆய்வகத்தை நிறுவினார், வரலாற்றுக் காலந்தொட்டு நிகழ்ந்த இந்திய நிலநடுக்கங் களின் பட்டியலை முதன்முதலாகத் தயாரித்தார்; நிலநடுக்க ஆய்வு செய்வதை இந்திய மண்ணியல் ஆய்வகத்தைச் சேர்ந்த மண்ணிய லாரின் சமுதாயக் கடனாக ஆக்கினார். ஆர்.டி ஓல்டுகாம் பெரும் அசாம் நிலநடுக்கம் பற்றிச் (1897) சேகரித்த குறிப்புகளை வெளியிட்டார். இது மாபெரும் நிலநடுக்கவியலாரான சி.எப்.

ரிச்டர் (ரிச்டர் அளவு புகழ்) கூறியதுபடி நிலநடுக்கவியலின் ஒவ்வொரு மாணவரும் படிக்க வேண்டியதாகும். ஆர்.டி. ஓல்டுஹாம், p மற்றும் S அலைகளையும் கண்டுபிடித்தார். மற்றும் அவற்றின் இயக்கத்திலிருந்து முதன்முறையாக பூமியின் உட்கரு அடர்த்தியான திரவமானது என்ற கருத்தைத் தெரிவித்தார். இக்கருத்து பின்னர் செம்மைப்படுத்தப்பட்டதேயொழிய எதிர்க்கப் படவில்லை.

பிளாண்டுபோர்டு சகோதரர்கள் வெப்பமண்டல இந்தியாவில் பனிக்கட்டியாறு ஓடியதைக் கண்டுபிடித்தனர் (ஒரிசா விலுள்ள தாவ்ச்சிர் தற்பாளப்படுகை), பாறைத்தட்டுத் தத்து வத்தின் வளர்ச்சியில் இதுவே முதல்படியாகும். இத்தத்துவம் நிலநடுக்கம் எவ்வாறு உண்டாகிறது என்பதை இப்போது நன்கு விளக்குகிறது. பிரான்சிஸ் ஃபெட்டன் மகாராஷ்டிராவின் சந்திரபூர் மாவட்டத்தில் புகழ்பெற்ற பனிக்கட்டி வடுவினைக் கண்டு பிடித்தார். இது இந்தியாவில் முன் காலத்தில் பனிக்கட்டியாறு ஓடியதை உறுதிப்படுத்துகிறது.

முன்னுரை

எனது ஆசானுக்கு வணக்கத்துடன் தொடங்குகிறேன். படிப் படியாக என்னை முதுகலை வரை படிப்பித்த ஆசிரியர்களை பக்தியுடன் நினைவுகூர்கிறேன். குறிப்பாக, லக்னோவின் கன்யா குப்ஜா கல்லூரியின் திரு. பாபுலால் பாண்டே. நான் உயர்நிலைப் பள்ளியில் படிக்கும்போது, மண்ணியல் என்பதை எழுத்துக் கூட்டத் தெரியாத நாளிலேயே, எனக்கு நிலஇயலைத் தாண்டி, நிலநடுக்கக் கருவி எவ்வாறு இயங்குகிறது என்றும் நிலநடுக்க முனையை எவ்வாறு கணிப்பது என்றும் சொல்லிக் கொடுத்தவர்.

அவர் கணிதம், அறிவியல் மற்றும் இந்தி ஆகியவற்றையும் நன்றாகக் கற்பித்தார். முதுகலைப் பட்டம் வாங்குவதில் தீராத ஆசை அவருக்கு. நான் அறிவியலில் முதுகலைப் படிப்பு முடித்த போது அவர் நிலஇயலில் முதுகலை படிக்கவிருந்தார். அப்போது எனது ஆசானுக்கே இயற்பியல் நிலஇயல் பாடம் கற்பிக்கும் பெருமை கிடைத்தது. இது இயற்பியல் மண்ணியலைவிட மாறு பட்டதல்ல. இப்போது உயர்நிலைப்பள்ளிகளின் தரம் வெகுவாக உயர்ந்துள்ளது. இளைய தலைமுறையினர் பாறைத் தட்டுத் தத்துவத்தைப் பற்றிய விவரங்களையும் சொல்கிறார்கள். ஆகவே இப்புத்தகம் எழுதும் வேலை மிகவும் சுலபமாகிவிட்டது.

லக்னோ பல்கலைக்கழகத்தின் தாவரவியல் மற்றும் மண்ணியல் பேராசிரியரான டாக்டர் பீர்பால் சாஹனியுட னிருந்து அவரது புகழில் பங்கேற்கும் வாய்ப்பை மயிரிழையில் தப்ப விட்டுவிட்டேன். அவர் உலகப் புகழ்பெற்ற பழங்காலத் தாவரவியல் நிறுவனத்தை லக்னோவில் நிறுவியவர். பிரிட்டிஷ் சாம்ராஜ்யத்தின் புகழ் ஓங்கியிருந்த காலத்தில் இந்திய மண்ணியல் ஆய்வகம் கண்டெடுத்த தாவர புதைபடிவங்களை அடையாளம் காண்ப தற்காக பேராசிரியர் ஏ.சி. சூவர்டுக்கு அனுப்பி வைப்பது

வழக்கமாக இருந்தது. சில காலத்துக்குப் பின் அவர் அவற்றைத் திருப்பி அனுப்பிவிட்டு, தன் முன்னாள் மாணவராகிய சாஹனி இந்தியாவில் இருப்பதால் இப்படிச் செய்யத் தேவையில்லை என்றார். இந்திய அறிவியல் மாநாட்டில் (1938) தலைமைச் சொற்பொழிவு ஆற்றும்போது டாக்டர் சாஹனி இவ்வாறு அறிவித்தார்: "தவறு செய்யாத மனிதன், ஒன்றுமே செய்யாத வனாவான்." அந்தக் காலத்தில் தலைவராக இருப்பவரே ஒரு குறிப்பிட்ட பொருள் பற்றிப் பேசுவார். இப்போது என்ன வென்றால், நிபுணர்கள் என அழைக்கப்படுபவர்கள் பொதுவான பொருள் பற்றிப்பேசும்போது, கேட்டுக் கொண்டிருக்கும் அறிவியலார் மெதுவாக நழுவிச் சென்று தனக்குக் கொடுக்கப் பட்ட பேனா சரியில்லை என்று புகார் கொடுக்கச் செல்கின்றனர்.

இந்திய மண்ணியல் ஆய்வகத்தின் பயிற்சி முகாமில் (1955-56) ஆசிரயராக இருந்தவர்களை மறக்க முடியாது. ஒரு மொழியில் வாக்கியங்களை வாசிப்பதற்கு அம்மொழியின் எழுத்துக்களை மட்டும் அறிந்தால் போதாது என்று உணர வைத்தனர். அதாவது, பாறைகளில் எழுதப்பட்டுள்ள பூமியின் வரலாற்றை வாசிப்பதற்கு ஆழ்ந்து கவனிக்கும் திறமையுடன் சேர்ந்து வலிமைமிக்க கால்களும் தேவைப்படுகின்றன.

நாங்கள் உருவாக்கிய மண்ணியல் ஆய்வறிக்கையை மேலும் செம்மைப்படுத்த வேண்டுமென்ற தணியாத தேவை கொண்டிருந் தவர் டாக்டர் ஏ.பி. சுப்பிரமணியன். சரியான ஆங்கிலம் பயன் படுத்த வேண்டுமென்று சொல்லும் அவர் "மண்ணியலின் பார்வையில்" என்று எழுதியிருந்தால் மிகவும் எரிச்சல்படுவார். அமெரிக்க மண்ணியல் ஆய்வகத்தின் ஆய்வறிக்கைகளிலிருந்து மேற்கோள் காட்டுவார். உயிரற்ற பெயர்கள் ஒரு பார்வையைக் கொண்டிருக்க முடியாது என்று அவற்றில் கூறப்பட்டிருந்தது. "மண்ணியலாரின் பார்வையில்" என்று எழுதுவது ஒப்புக் கொள்ளப்பட்டது. ஒருமுறை சர்ச்சில் இதேபோன்ற தவறு செய்திருப்பதைச் சுட்டிக்காட்டியபோது, முதலில் அதைப் பார்த்து முகத்தைச் சுளித்த அவர் உடனே திருப்பிச் சொன்னார் "எல்லாரும் சர்ச்சில் ஆகமாட்டார்கள்."

அவர் இந்திய மண்ணியல் ஆய்வகத்தின் பூனா வட்டத்தின் கண்காணிப்பு மண்ணியலாராக இருந்தபோது கொய்னா நிலநடுக்கத்தின் (1967) ஆய்வுக்குழுவின் இயக்குனராக இருந்தார். அச்சமயத்தில் நான் மகாராஷ்டிரத்தின் சந்திரபூர் மாவட்டத்தில் மண்ணியல் ஆய்வு செய்துகொண்டிருந்ததால் கொய்னாவில்

நிலநடுக்க ஆய்வு செய்யும் வாய்ப்புக் கிட்டவில்லை. ஒருவேளை இதுதான் என்னை நிலநடுக்க நிபுணர் என்ற பழியிலிருந்து காப்பாற்றியதோ. ஒரு மண்ணியலார் எப்போதும் நிலநடுக்க ஆய்வு செய்வதற்காகக் களத்தில் இறங்குவதற்காக இரண்டாவது வாய்ப்பை எதிர்பார்ப்பதில்லை—மிகவும் வெறுப்படையச் செய்யும் பணி, தன் உயிருக்கு ஆபத்தானது என்பதாலல்ல, ஆனால் எங்கு பார்த்தாலும் தென்படும் சேதமும் துன்பமும். கேள்விகளோடு மக்களை அணுகும்போது அவர்கள் வெறுப்புடன் நோக்குவர்:

> நான் இந்த அழிவிலிருந்து என் வாழ்க்கையின் ஒவ்வொரு துண்டையும் பொறுக்கிக் கொண்டிருக்கும்போது இம்மனிதன் இங்கு வந்து நிலநடுக்க முனையைக் கண்டு பிடிப்பதிலும் சமநிலநடுக்கக் கோடுகள் வரைவதிலும் ஈடுபட்டுள்ளான்.

என்னுடன் பணியாற்றி இந்திய மண்ணியல் ஆய்வகத்தின் இயக்குனராக ஓய்வு பெற்ற டாக்டர் எஸ்.எஸ். தேஷ்முக் சொன்னதை இப்போது எண்ணிப் பார்க்கவேண்டும். அவர் கொய்னா ஆய்வுக் குழுவில் இருந்தவர். டாக்டர் ஜே.பி. ஆடனின் மடத் துணிச்சல் வாய்ந்த மனப்பான்மை பற்றிக் கூறினார். பதவி ஓய்வு பெறுவதற்கு முன், கொய்னா அணையின் அஸ்திவாரத்தை ஆய்ந்த மூத்த அதிகாரிகளில் ஒருவராவார் டாக்டர் ஆடன். நிலநடுக்கத்துக்குப் பின் இந்திய அரசின் அழைப்பின் பேரில் நிலநடுக்கத்தின் காரணத்தையும் அணைக்கட்டின் பாதுகாப்பையும் பற்றி ஆய்வதற்காக வந்த யுனெஸ்கோ குழுவில் ஒரு உறுப்பினராக அவர் வந்தார். மற்ற உறுப்பினர்கள் நாள் முழுவதும் அலைந்து திரிந்து வேலைசெய்த களைப்பில் மேற்குத் தொடர்ச்சிமலையின் அடிவாரத்தில் அமைந்திருந்த ஓய்வகத்துக்குச் சென்றபோது டாக்டர் ஆடன் மட்டும் கொய்னா நகரத்திலேயே இரவு தங்க வேண்டுமென்று வற்புறுத்தினார். கொய்னா தனது குழந்தை என்றும், அங்கிருந்து ஓடுவதால் மூழ்கும் கப்பலைவிட்டுத் தப்பித்துச் செல்லும் தலைவனைப் போன்ற அவப்பெயர் தனக்கு ஏற்படுவதை விரும்பவில்லையென்றும் சொல்வார்.

கொய்னா பற்றிய ஆய்வறிக்கை தயாராகிக் கொண்டிருந்த வேளையில் டாக்டர் ஏ.பி. சுப்பிரமணியம் அவர்களிடம் இவ்வறிக்கையின் பொதுக் கொள்கை என்ன என்று கேட்டேன். அதற்கு அவர் சார்லஸ் ரிச்டர் எழுதிய ‘அடிப்படை நில நடுக்கவியல்’ என்ற புத்தகத்தைக் கொடுத்து, கீழ்க்கண்ட வரிகளைப்

படிக்கச் சொன்னார்:

> மண்ணியலாருக்கு நிலநடுக்கத்தைப் பொறுத்தவரையில் ஒரு பொதுக்கடமை உள்ளது. பொறியியலார், கட்டிடக் கலை வல்லுனர், கட்டிடங்களின் உடமையாளர் மற்றும் பொது அதிகாரிகளுக்குச் சரியான முறையில் செய்தியை விளக்க வேண்டும். அதிகமாக நம்பிக்கையூட்டாமலும் தேவையற்ற பீதியை உண்டாக்காதவாறும் சொல்ல வேண்டும். நிலநடுக்க அபாயத்தின் நீண்ட நாள் தன்மையையும், இடைமுறிவைச் சேர்ந்த தொடர்பு பற்றியும், பூமி மற்றும் அஸ்திவாரத்தின் இயல்பு பற்றியும் தெளிவாகக் கூறவேண்டும்.

பின்னால் கொய்னா பற்றிய ஆய்வறிக்கை வெளியிடப்பட்ட போது நீர்த்தேக்கம் தூண்டும் நிலநடுக்கம் பற்றி முடிவு செய்யப் படவில்லை என்று உணர்ந்தேன். திரு. சுப்பிரமணியம் இது குறித்து கூறியதாவது: "தேவையான ஆதாரங்கள் இல்லாதபோது இப்படியோ அல்லது அப்படியோ முடிவு செய்யாமலிருக்க வேண்டும்."

இது ஒரு பாடப்புத்தகம் அல்ல; நிலநடுக்கம் பற்றி நான் மாணவனாக இருந்த போதும் அதன்பிறகு இந்திய மண்ணியல் ஆய்வகத்தில், குறிப்பாக பொறியியல் மண்ணியல் பிரிவிலும், பழங்காலக் காந்தவியல் நிலையத்திலும் பணியாற்றியபோதும் பயின்றதைப் பற்றியது.

அமெரிக்க மண்ணியல் ஆய்வகத்தின் முன்னாள் இயக் குனரான டாக்டர் ஜி.ஓ. ஸ்மித் கூறிய அறிவுரையின் பேரில் இப்புத்தகத்தை எழுதியுள்ளேன்:

> நான் வேண்டுகின்ற மண்ணியல் குறிப்புகள், பலரும் எளிதில் புரிந்து கொள்ளும்படியாக எளிய சொற்களால் உண்மைகளை எழுதப்பட்டதாக இருக்கவேண்டும்... ஒரு அறிவியல் ஆய்வாளர் தான் கண்டுபிடித்தவற்றை மற்றவர் களோடு பகிர்ந்து கொள்ள வேண்டுமென்றால் உலகெங் கிலும் உள்ளவர்கள் அனைவரும் புரிந்துகொள்ளும் படியான ஒரே மாதிரியான சொற்களைப் பயன்படுத்த வேண்டும்... ஆனால் அதையே ஒரு சுரங்கத் தொழி லாளிக்குச் சொல்ல வேண்டுமென்றால் மிகவும் எளிதான சொற்களால் அமைக்கப்பட்டாலொழிய பயனில்லை... அறிவியலாராகவும் அதேசமயத்தில் உலக நடவடிக்கை

முன்னுரை

களின் ஒரு அங்கமாகவும் இருப்பதால், மண்ணியல் என்பது மாயமோ மந்திரமோ அல்ல, அது பொது அறிவினால் பகுத்துணரக்கூடியது என்பதை உலகத்துக்குத் தெரியப்படுத்த வேண்டியது நமது பொறுப்பாகும். தான் சொல்ல வேண்டியதை எளிய மொழியில் சொல்ல முடியாத மண்ணியலாரை நம்பவேண்டாம் என்று கூறியுள்ளேன். நமது தொழிலைச் சார்ந்த விளங்காத தொடர்கள் நிரம்பிய மொழிநடையால் நமது எண்ணங்களையோ அல்லது அறியாமையையோ மறைத்தால், நம்மைப் புறக்கணிக்கவோ அல்லது நமது நேர்மையைச் சந்தேகிக்கவோ இவ்வுலகுக்கு உரிமையுண்டு.

நேஷனல் புக் டிரஸ்ட் நிறுவனம் பொதுமக்களுக்குரிய அறிவியல் புத்தகங்களுக்காக போற்றத்தக்க கொள்கையை ஏற்றுக் கொண்டுள்ளது: 'ஒருபொருளை நேராகச் சொல்லிவிட வேண்டியதில்லை. தேவையானபோது அதை விரிவுபடுத்தி, அதைச் சேர்ந்த பல விவரங்களையும் சேர்த்துச் சொன்னால் கவர்ச்சிகரமாக இருக்கும். அறிவியல் வளர்ச்சி பற்றியும், அன்றாட வாழ்க்கையில் அதன் பயனையும் எடுத்துச் சொல்ல வேண்டும். முடிந்த இடங்களி லெல்லாம் அத்துறையில் இந்தியாவின் பங்கை வெளிப்படுத்திக் காட்ட வேண்டும்.'

இக்கொள்கை நிலநடுக்கம் பற்றிய எனது நோக்குடன் வியக்கும் வகையில் பொருந்துகிறது. உண்மையில், நிலநடுக்கம் பற்றிய அறிவியலில் இந்தியா பெரும்பங்கு வகிப்பது என் வேலையை எளிதாக்கிவிட்டது. இது பற்றிய விவரங்களை அறிய ஆழமாகத் தோண்ட வேண்டியதில்லாமல் போய்விட்டது. ஆனால், நல்லகாலமாக, நமது அன்றாட வாழ்க்கையில் நிலநடுக்கம் குறுக் கிடுவதில்லை, எப்போதும் நாம் விழிப்புடன் இருப்பதுதான் நமது பாதுகாப்புக்காக நாம் கொடுக்கும் விலை என்பதை நினைவூட்டு வதைத் தவிர. வீடுகளை முடிந்த அளவு நிலநடுக்கத்தைத் தாங்குமாறு அமைத்தபிறகு, 'தலைகீழ் ஊசற்குண்டு' என்று மேலே கனமானதாக இல்லாமல்—இதைப்பற்றி இனிவரும் பக்கங்களில் குறிப்பிடுகிறேன்—பார்த்துக்கொள்ள வேண்டும்.

மோசமான நிலநடுக்கம் என்பது நம்மில் பலருக்கு வாழ்வில் ஒருமுறை வரக்கூடிய அனுபவமாகலாம். இது நாம் அன்றாட வாழ்வில் ரயிலில் போகும்போதும், கார்களில் பயணம் செய்யும் போதும், வீட்டில் வாயு அடுப்பை வைத்திருக்கும்போதும், மின்சார

உபகரணங்களைப் பயன்படுத்தும்போதும் எதிர்கொள்ளும் அபாயத்தைவிடக் குறைவான அபாயமுள்ளதுதான் என்று எண்ணும்போது சற்று ஆறுதல் கிடைக்கிறது.

இறுதியாக, என்னை மண்ணியலில் பொதுமக்களுக்கான கட்டுரைகள் எழுதத் தூண்டிய இந்திய மண்ணியல் ஆய்வகத்தின் முன்னாள் தலைமை இயக்குனர் திரு வி.கே.எஸ். வரதன் அவர்களுக்குக் கடமைப்பட்டுள்ளேன்.

ஏ.கே.ஆர். ஹெம்மாடி

நன்றியுரை

நேஷனல் புக் டிரஸ்ட் நிறுவனத்தைச் சேர்ந்த திருமதி மஞ்சு குப்தாவுக்கு நன்றி. நிலநடுக்கம் பற்றிய எனது கட்டுரையொன்றைப் படித்துவிட்டு 'அனைவருக்கும் அறிவியல்' வரிசைக்காக நூல் ஒன்று எழுதித் தருமாறு கேட்டுக்கொண்டார். மும்பையிலுள்ள பண்பாட்டுச் சுதந்திரத்திற்கான இந்தியக் குழு என்னும் அமைப்பின் காலாண்டு வெளியீடான 'ஃப்ரீடம் ஃபர்ஸ்ட்' இதழில் எனது கட்டுரை வெளிவந்தது. இந்த வெளியீடு இந்திய அரசியலில் இருந்த பழம்பெரும் மனிதரான மின்னூ மசானியின் ஆசிபெற்றதாகும். அவரது புத்தகமான 'நமது இந்தியா' என்பது எங்கள் பள்ளிக் காலத்தில் கட்டாயப் பாடப்புத்தகமாக இருந்தது. எனது கட்டுரையை வெளியிட்டதற்காக ஃப்ரீடம் ஃபர்ஸ்டின் ஆசிரியரான எஸ்.வி. ராஜுவுக்குக் கடமைப்பட்டுள்ளேன்.

நேஷனல் புக் டிரஸ்டைச் சேர்ந்த திறமை மிக்க பதிப்பாசிரியருக்கு நன்றி. நான் எழுதியதைச் சரியாகத் தொகுத்து, தெளிவாக்கியுள்ளனர். நான் கொடுத்த படங்களை மறுபடி வரைந்த ஓவியருக்கும் நன்றி.

இறுதியாக, நான் என் மனைவிக்கு என்றும் கடமைப்பட்டுள்ளேன்—மண்ணியலாரான என்னை மணம் செய்து கொண்டு கடினமான வாழ்க்கை வாழ்வதற்குத் தயாரானதற்காக. பெரும் அறிவியலாரான சார்லஸ் டார்வின் எழுதுவது பற்றிக் கூறியதை நான் திருப்பிச் சொன்ன போதெல்லாம் எனக்கு ஊக்க மூட்டிய தற்காக. அவர் சொன்னது—இயற்கையாளன் எதையும் உற்று நோக்க வேண்டும், ஆனால் எழுத வேண்டாம் என்று இருந்தால் அவன் வாழ்க்கை மகிழ்ச்சியாக இருக்கும்.

மும்பை   ஏ.கே.ஆர். ஹெம்மாடி

நிலநடுக்க அதிர்ச்சியினால் விழுந்து கிடக்கும் இடிபாடுகளுக்கிடையே, கீறல்களும் வெடிப்புகளும் நிறைந்து நொறுங்கும் நிலையிலுள்ள சுவர்களைத் தாங்கிப் பிடிக்கும் ஏற்பாடு செய்யப்படுகிறது.

1

நிலநடுக்கம் எவ்வாறு ஏற்படுகிறது?

விஷ்ணுவிடம் பக்தி கொண்ட ஆதிசேஷன் என்ற நாகம் பூமியைத் தாங்கிக் கொண்டிருப்பதாகவும், அது அசையும் போதெல்லாம் நிலநடுக்கம் உண்டாகிறது என்றும் இந்தப் புராணங்களில் சொல்லப்படுகிறது. மற்றொரு நம்பிக்கையின்படி, பூமாதேவியை ஒரு அரக்கன் கடலுக்கடியில் கொண்டுசென்று சிறைவைத்தபோது விஷ்ணு பகவான் வராக அவதாரமெடுத்துச் சென்று அரக்கனைக் கொன்று பூமியை மீட்டார். அவர் பூமியைத் தன் கொம்புகளில் தாங்கியவாறு இருப்பதாகவும், அவர் அசையும்போது நிலநடுக்கம் ஏற்படுவதாகவும் நம்பப்படுகிறது.

சைபீரியாவில் நிலநடுக்கம் அடிக்கடி ஏற்படும் 'காமசாட்கா' தீபகற்பத்தில் வாழும் மக்கள் நிலநடுக்கம் ஏற்படுவதன் காரணம் 'கோசேய்' என்ற ஒரு ராட்சத நாய்தான் என்று நம்புகின்றனர். தன்மீது படிந்துள்ள பனியை அகற்றுவதற்காக நாய் தன் உடம்பைச் சிலிர்க்கும்போது நிலநடுக்கம் உண்டாகிறது. உலகைச் சுமந்து செல்லும் ஒரு ராட்சதச் சிலந்தியின் அசைவினால் நிலநடுக்கம் ஏற்படுவதாக ஜப்பானியர் நம்புகின்றனர். கிரேக்க நாட்டின் மாபெரும் தத்துவஞானியும் கணித மேதையுமான பிதகோரஸ்கூட, இறந்த மனிதர்கள் மேலுலகத்தில் தங்களுக்குள் சண்டை போடு வதால்தான் நிலநடுக்கம் ஏற்படுகிறது என்று கருதினார். ஆனால் கிரேக்க தத்துவஞானியான அரிஸ்டாடில் நவீன சிந்தனைகளுக்கு மிகவும் நெருங்கி வந்தார்: பூமிக்கடியிலிருந்து வெளியேறும் வெப்பக் காற்றின் காரணமாக நிலநடுக்கம் உண்டாகிறது என்றார். மற்றும் சிலர் இது ஆண்டவன் செயல் என்று எண்ணினர்.

பாறைத்தட்டு மாற்றம்

இன்று மிகவும் நம்பத்தக்கதாகவும், அனைவராலும் ஏற்றுக்

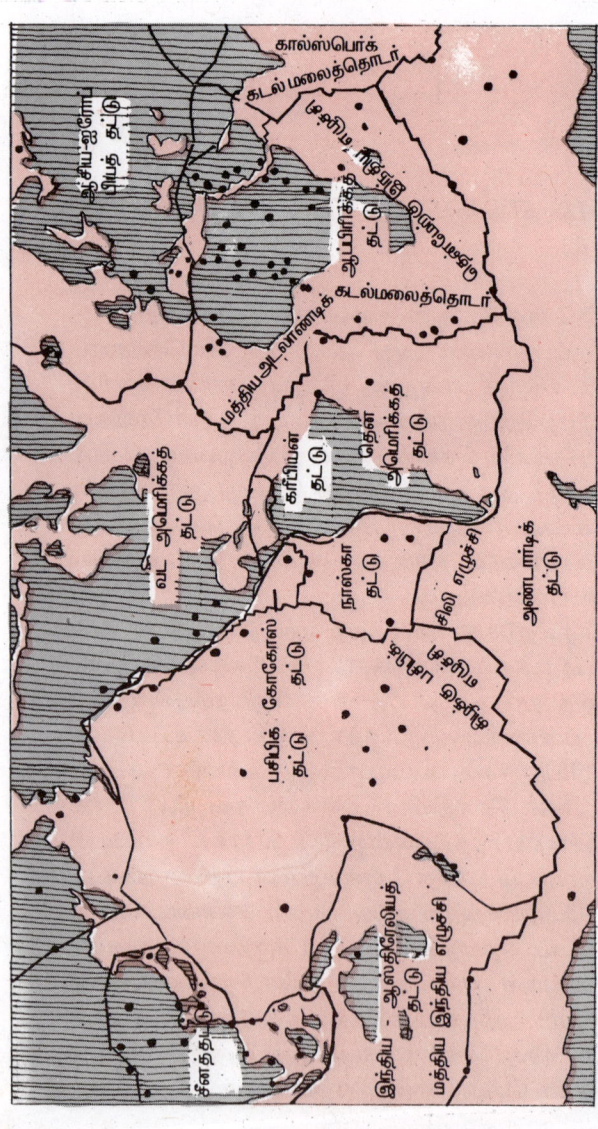

படம் 1: பூமியின் மேற்பரப்பு ஆறு பெரிய மற்றும் பல சிறு பாறைத்தட்டுகளாலானது. இப்பாறைத்தட்டுகள் குழம்பு போன்ற திரவத்தின்மீது மிதக்கின்றன. அமெரிக்கத் தட்டு வடஅமெரிக்கா, தென்அமெரிக்கா மற்றும் அட்லாண்டிக் பெருங்கடலின் மேற்குப் பாதியைக் கொண்டது. ஆப்பிரிக்கத் தட்டில் ஆப்பிரிக்கா, அட்லாண்டிக் பெருங்கடலின் கிழக்குப் பாதிமேலும் சுற்றியுள்ள கடல்தளம் அடங்கும். அண்டார்டிக் தட்டில் அண்டார்டிகாவும் சுற்றியுள்ள கடல் தளமும் சேரும். இந்திய - ஆஸ்திரேலியத் தட்டு இந்தியா, ஆஸ்திரேலியா மற்றும் இடைப்பட்ட கடல் தளமும் சேர்ந்ததாகும். பசிபிக் தட்டு பசிபிக் பெருங் கடலைக் கொண்டது. இதில் மட்டுமே கண்டங்கள் எதுவும் இல்லை.

நிலநடுக்கம் எவ்வாறு ஏற்படுகிறது?

கொள்ளத்தக்கதாகவும் அளிக்கப்படும் விளக்கம்: பூமியின் மேற்பரப்பு சுமார் 110 கி.மீ. பருமனான பாறைத்தட்டுகளாலானது. இப்பாறைத் தட்டுகள் உருகிக் குழைந்துள்ள திரவத்தின்மீது மிதந்து கொண்டுள்ளன (படம். 1). ஆறு பாறைத் தட்டுகள் உள்ளன. அவை: அமெரிக்கத்தட்டு, ஆப்பிரிக்கத் தட்டு, ஆசிய-ஐரோப்பியத் தட்டு, அண்டார்டிக் தட்டு, இந்தியத் தட்டு, பசிபிக் தட்டு. இப்பாறைத் தட்டுகள் ஏன் நகர்கின்றன என்று தெளிவாகப் புரியவில்லை. இரு பாறைத்தட்டுகள் ஒன்றையொன்று நோக்கி நகர்ந்து சந்திக்கும்போது அவற்றின் இயக்கம் தடைபடுவதன் காரணமாக, அவை தொட்டுக்கொண்டிருக்கும் இடங்களில் அழுத்தம் அதிகமாகிறது. அழுத்தம் தாங்க முடியாமல் பாறை முறிந்து ஏற்படும் அதிர்ச்சியால் நிலநடுக்கம் உண்டாகிறது. நில நடுக்க முனைகள் பெரும்பாலும் பாறைத்தட்டுகளின் விளிம்பில் காணப்படுகின்றன.

பாறைத்தட்டு மாற்றம் என்பதன் அடிப்படை இந்தியாவில் உருவானதாகும். கி.பி. 1856ஆம் ஆண்டு இந்திய மண்ணியல் ஆய்வகத்தைச் சார்ந்த இரு அதிகாரிகள்—டபிள்யூடி பிளாண்ட்போர்டு (படம். 2), அவரது சகோதரர் ஹெச்.எப். பிளாண்டுபோர்டு). ஒரிசா மாநிலத்தில் தால்ச்சிர் என்ற கிராமத்தினருகே ஒரு தனிப்பட்ட தன்மை வாய்ந்த பாறைக்கூட்டத்தைக் கண்டனர்.

படம் 2: W.T. பிளாண்டுபோர்டு

அதற்கு 'தால்ச்சிர் கற்பாளப் படுகை' எனப் பெயரிட்டனர். அப்படுகை சுமார் 27 கோடி ஆண்டுகளுக்கு முன் பனிக்கட்டியாறு ஓடியதால் ஏற்பட்டது என்று உறுதியாகக் கூறினர்.

பனிக்கட்டியாறு பற்றிச் சிறிது பார்ப்போம். பனிக்கட்டியாறு இருவகைப்படும். ஒன்று துருவப்பகுதியில் பனிமூடிய இடங்களில் உண்டாவது. மற்றொன்று இமயமலை போன்று உயர்ந்த மலைச் சரிவுகளில் ஏற்படுவது. துருவப்பகுதியில் உண்டாகும் பனிக் கட்டியாறு நிலநடுக்கோட்டிலிருந்து எவ்வளவு தூரத்தில் உள்ளது என்பதைப் பொறுத்தது. மலையில் உண்டாகும் பனிக்கட்டியாறு கடல் மட்டத்திலிருந்து உள்ள உயரத்தைப் பொறுத்தது.

தால்ச்சிர் கற்பாளப் படுகையில் துருவத்தில் உண்டாகும் பனிக்கட்டியாற்றின் அறிகுறிகள் அனைத்தும் காணப்படுகின்றன. ஆற்றுப் படுகையில் கிடைக்கும் உருளைக் கற்களல்லாமல் பட்டை பட்டையான முகங்களுடைய கற்கள் காணப்படுகின்றன. மேலும், மணல் மற்றும் பல்வேறு அளவிலான கற்கள் காணப்படுகின்றன. இவையெல்லாம் துருவப் பகுதியில் காணப்படும் நிலையாகும். இவற்றைக் கண்டதும் எழுந்த கேள்வி: துருவங்களிலிருந்து வெகு தூரத்தில் உள்ள வெப்பமண்டலப் பகுதியில் பனிக்கட்டியாறு எப்படி வந்தது? இந்தியாவில் எப்போதாவது துருவம் இருந்ததா, அல்லது இதற்கு வேறு விளக்கம் ஏதும் உள்ளதா?

பிளாண்டு போர்டு சகோதரர்கள் பனிக்கட்டியாறு பற்றிய விளக்கம் அளித்தாலும், அவர்களால் அதை உறுதிப்படுத்த முடிய வில்லை. பனிக்கட்டியாறு ஓடியதன் அடையாளம் எங்கும் தென் படவில்லை. பனிக்கட்டியாறு ஓடியிருந்தால் அதன் முகப்பில் மொத்தமாக அடித்துச் செல்லப்பட்ட பாறைகளால் ஏற்பட்ட வடு அல்லது பள்ளம் தென்படவேண்டும். கி.பி. 1872இல் இந்திய மண்ணியல் ஆய்வகத்தைச் சேர்ந்த பிரான்சிஸ் ஃபெட்டன் (படம்.3) என்பவர் மகாராஷ்டிர மாநிலத்தில் சந்திரபூர் மாவட் டத்தில் பனிக்கட்டியாறு ஏற்படுத்திய வடுவினை இராய் நதிக் கரையில் பென்கங்கை நதியுடன் கலப்பதற்கு முன்பாக, சந்திரபூரிலிருந்து சுமார் 16 கி.மீ. தென்மேற்கில் கண்டார். இந்த இடம் இந்திய மற்றும் வெளிநாட்டு மண்ணியல் நிபுணர்களின் புண்ணியத் தலமாகக் கருதப்படுகிறது. ஃபெட்டனின் கண்டுபிடிப்பு வெப்ப மண்டலப் பகுதியான இந்தியாவில் பனிக்கட்டியாறு ஓடியதை உறுதிப்படுத்துகிறது.

நாளடைவில் இதுபோன்ற கற்பாளப்படுகை இந்தியாவின் இதர பகுதிகளில் மட்டுமல்லாது, நிலநடுக்கோட்டின் தென்

நிலநடுக்கம் எவ்வாறு ஏற்படுகிறது?

படம் 3: பிரான்சிஸ் ஃபெட்டன்

பகுதியில் மற்ற கண்டங்களிலும் காணப்பட்டது. இவை தென் அமெரிக்கா, ஆஸ்திரேலியா மற்றும் தென்னாப்பிரிக்காவில் காணப்பட்டன. இக்கற்பாளப்படுகை கோண்டுவானா பிரிவைச் சேர்ந்த பாறைகளின் அடிப்படையாகக் கருதப்படுகிறது.

இக்கண்டங்களிடையே மற்றொரு ஒற்றுமையும் உள்ளது. கிளாசோப்டெரிஸ் புளோரா (படம் 4) எனப்படும் இலைகளின் புதைவடிவம் காணப்படுகிறது. இதிலிருந்து முன்காலத்தில்

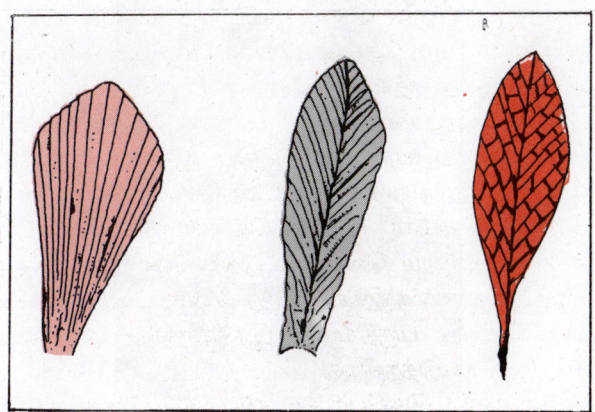

படம் 4: கிளாசோப்டெரிஸ் புளோரா அல்லது தாவர புதைபடிவம்

பனிக்கட்டியாறு எல்லாக்கண்டங்களிலும் ஒரே நேரத்தில் நிகழ்ந்தது போல் காணப்படுகிறது. பனிக்கட்டியாறு பின்னடைந்து மறைந்து, வெப்பநிலை அதிகமாக, கிளாசோப்டெரிஸ் புளோரா தழைத்தோங்கி நிலக்கரிப் படுகைகள் உண்டாவதற்கு வழி வகுத்தது. பல கண்டங்களிலும் காணப்பட்ட ஒத்த தன்மையை விளக்கு வதற்காக மண்ணியல் வல்லுனர்கள் இன்று வெவ்வேறு இடங்களில் பரவிக்கிடக்கிற எல்லாக் கண்டங்களையும் தென் துருவத்தினருகே பல்வேறு விதத்தில் இணைத்துப் பார்த்தனர்.

கோண்டுவானா என்ற சொல் கோண்டர்கள் என்ற மலை வாசிகளின் நாடு என்ற மூலச் சொல்லிலிருந்து பிறந்தது. இம்மலை வாசிகள் இன்றும் மகாராஷ்டிரம், மத்தியப்பிரதேசம் மற்றும் ஆந்திரப்பிரதேசம் ஆகிய மாநிலங்களில் ஒன்றையொன்று ஒட்டி யுள்ள மாகாணங்களில் வாழ்கின்றனர். புகழ்பெற்ற பழங்காலத் தாவரவியல் வல்லுனரான பியஸ்ட் மான்டல் என்பவர் 1870ஆம் ஆண்டு இச்சொல்லைப் பயன்படுத்தினார். ஆனால் ஆஸ்திரேலி யாவைச் சார்ந்த எட்வர்ட் சூயஸ் என்ற மண்ணியல் நிபுணர் (படம் 5) பத்தொன்பதாம் நூற்றாண்டின் இறுதியில் கோண்டர் களுக்கு அழியாப்புகழ் கொடுத்தார். இந்தியாவிலும் மற்ற தென்கண்டங்களிலும் காணப்பட்ட ஒத்த தன்மையால் மிகவும் கவரப்பட்ட அவர் எல்லாக் கண்டங்களையும் ஒன்று சேர்த்து

படம் 5: எட்வர்ட் சூயஸ்

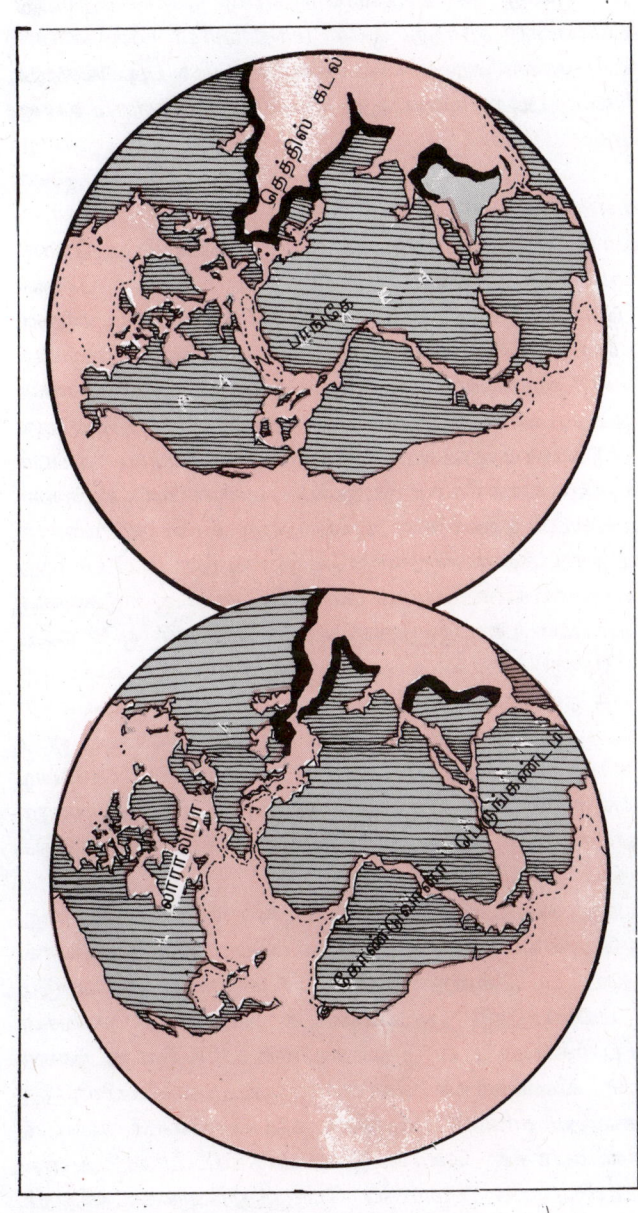

படம் 6: சுமார் 20 கோடி ஆண்டுகளுக்கு முன் பூமியிலுள்ள எல்லா நிலப்பரப்புகளும் சேர்ந்து பாங்கே என்ற ஒரே நில்மாக இருந்தது. கோண்டுவானா பெருங்கண்டத்தைத் காணலாம்; இந்தியா ஆப்பிரிக்காவுக்கும் அண்டார்டிகாவுக்கும் இடையில் இருந்தது. இம்மூன்று நிலப்பரப்புகளும் தென்னமெரிக்கா மற்றும் ஆஸ்திரேலியாவுடன் சேர்ந்து தென்துருவத்தினருகில் ஒண்டிக்கிடந்தன.

அதற்கு 'கோண்டுவானா பெருங்கண்டம்' (படம் 6) என்று பெயரிட்டார். இன்று கோண்டுவானா என்ற சொல் குறிப்பது பல கண்டங்களைச் சார்ந்த, ஒரே மாதிரியான மண்ணியல் வரலாறுடைய, தாவர மற்றும் விலங்குகளின் புதை படிவங்களும் நல்லநீர் ஏரிகளில் படிந்த வண்டலும் நிலக்கரி படுகைகளும் உள்ள இடங்களாகும்.

கண்டங்கள் நகர்கின்றன

கோண்டுவானா பெருங்கண்டம் என்று பெயரிட்டதோடு ஆராய்ச்சி நின்றுவிடவில்லை. 1912இல் ஜெர்மனியைச் சேர்ந்த அல்பிரட் வெகனர் (1880-1930) என்ற மாபெரும் வானிலை ஆராய்ச்சியாளர் கண்டங்கள் நகர்ந்து செல்கின்றன என்ற ஒரு கருத்துரையை அடிக்கோள் காட்டினார். இது மண்ணியலின் பெரும் திருப்புமுனையாக அமைந்தது. அவர் இது பற்றிய பல அறிவியல் ஏடுகளைப் புரட்டிப் பார்த்தார். புவிப்பெரும் பரப்புக் கணிப்பியல், நிலவுலகக் கோள இயற்பியல், மண்ணியல், உயிரியல் மற்றும் தட்பவெட்ப நிலையியல் ஆகியவற்றை அலசி ஆராய்ந்தார். அதன்மூலம் கிடைத்த சான்றுகளையெல்லாம் திரட்டிப் பார்த்து ஆராய்ந்து எல்லாக் கண்டங்களும் சுமார் 20கோடி ஆண்டுகளுக்கு முன் ஒரே நிலப்பரப்பாக இருந்தனவென்று கூறினார். ஒரே நிலப் பரப்பாக இருந்து நாளடைவில் பல பாகங்களாக உடைந்து தனித்தனியாக நகர்ந்து சென்றன. அட்லாண்டிக் பெருங்கடலின் இருபக்கங்களிலும் உள்ள பாறைகளின் தோற்ற அமைப்பு ஒரே மாதிரி இருப்பதையும், அப்பாறைகளில் காணப்படும் புதைபடி வங்கள் ஒன்றையொன்று ஒத்திருப்பதையும் சுட்டிக்காட்டினார். கண்டங்களின் விளிம்புகள் ஒன்றோடொன்று பொருந்திக் கொள்வதையும் குறிப்பிட்டார்.

இப்போது கண்டங்களின் விளிம்புகள் ஒன்றோடொன்று பொருந்திக் கொள்கின்றன என்பது கணிப்பொறியின் உதவியால் உறுதிப்படுத்தப் பட்டுள்ளது. 'லீஸ்ட் ஸ்கொயர்ஸ்' எனப்படும் உத்தியைப் பயன்படுத்தி, அட்லாண்டிக் கரையோர நிலங்கள் பொருத்திப் பார்க்கப்பட்டன. இதன்படி, கண்டங்களின் கடற்கரை யோரங்களை விளிம்பாகக் கொள்வதைவிட, விளிம்பிலிருந்து சாய்ந்து செல்லும் சரிவின் ஆழத்தின் நடுப்பகுதியைக் கண்டங் களின் விளிம்பாகக் கொண்டு கணக்கிட்டால் அவை ஒன்றோடொன்று மிக அழகாகப் பொருந்துகின்றன. அதிலும், இவ்வாறு பொறுத்திப் பார்ப்பதில் ஏற்படும் பிழை பெரும்பாலும்

ஒரு டிகிரிக்கும் குறைவுதான் என்பது கவனிக்கத்தக்கது.

கண்டங்கள் நகர்வது பற்றிய கோட்பாடு வெளிப்பட்டபோது மண்ணியல் வல்லுநர்களிடையே ஏற்பட்ட கொந்தளிப்பு அக்கோட் பாட்டை நிராகரிக்குமளவுக்குச் சென்றது. ஆனால் இறுதியில் பழங்காலக் காந்தவிசையியலால் விளக்கப்பட்டு மீண்டும் உயிர் பெற்றது. இத்தகைய மாபெரும் தீர்க்க தரிசனம் ஏற்றுக் கொள்ளப் படும் முன் பல தடங்கல்கள் ஏற்படுவது இயற்கையே. இன்று கண்டங்கள் நகர்வது பற்றிய கோட்பாடு 'வெகனரின் புரட்சி' எனப்படுகிறது. உயிரியலில் டார்வின், இயற் பியலில் ஐன்ஸ்டீன், உளவியலில் பிராய்ட் மற்றும் பொருளியலில் மார்க்ஸ் ஆகியோர் செய்த புரட்சி போன்றது இது.

ஆக, இந்தியாவின் வெப்பமண்டலப் பகுதியில் பனிக்கட்டி யாறு ஓடியதை பிளாண்ட்போர்டு சகோதரர்கள் உணர்ந்ததையும், பனிக்கட்டியாற்றின் அடையாளத்தை ஃபெட்டன் கண்டதையும் தொடர்ந்து நடைபெற்ற ஆராய்ச்சியின் விளைவாக கண்டங்கள் நகர்வது பற்றி அறியப்பட்டது. ஆனால் இது அறிய வருவதற்கு ஒரு நூறாண்டு காலம் பிடித்தது.

கண்டங்கள் நகர்வது பற்றிய கோட்பாட்டுக்கு எதிர்த்தரப்பின் தலைமையான வாதம்: கடினமான பாறைகளாலான கண்டங்கள் எவ்வாறு நகர இயலும் என்பதாகும். பூமியின் மேற்பரப்பிலுள்ள

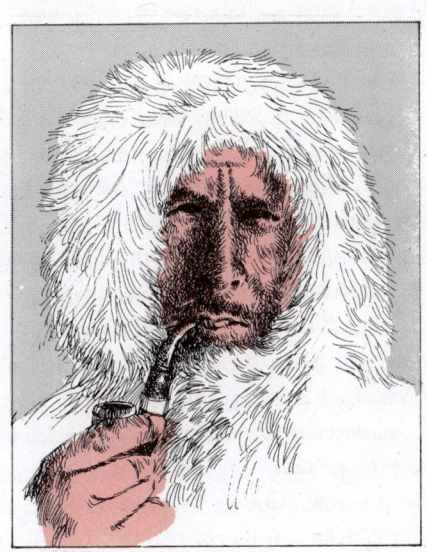

படம் 7: ஆல்பிரட் வெகனர்

பாறைத் தட்டுகள் தம் கீழேயுள்ள குழைந்த திரவத்தின் மேல் மிதந்து கொண்டிருப்பதால் அவை நகர்ந்து செல்கின்றன என்று வெகனர் (படம் 7) கூறினார். பூமிக்கடியில் கதிர்வீச்சின் காரண மாக உண்டாகும் வெப்பத்தினால் கடினமான பாறைகள் உருகிக் குழைந்திருக்கலாம் எனக் கூறினார். மேலும், இவ்வெப்பத்தின் ஓட்டம் காரணமாக நிலப்பரப்பு நகர்கின்றது என்றும் கூறினார்.

ஆனால், கண்டங்கள் நகரும் உண்மையை உறுதிப்படுத்தியது பழங்காலக் காந்த விசையால்தான். இதன்படி, பாறைகளின் காந்த விசையின் போக்கிலிருந்து அப்பாறைகளின் முன்னாள் வடி வத்தைக் கண்டறியலாம். இவ்வாறு, கண்டங்கள் நகர்வதை உறுதிப் படுத்துவதற்காகப் பழங்காலக் காந்தவிசையியல் பற்றி அறிவது ஜேம்ஸ் ஹட்டனின் பண்டைய மண்ணியல் கொள்கையான 'நிகழ் காலம் கடந்தகாலத்தின் திறவுகோல்' என்ற கொள்கைப்படியாகும். காந்த விசையுள்ள ஒரு பொருளைக் குறிப்பிட்ட வெப்ப நிலைக்கு மேல் (கியுரி வெப்பநிலை) சூடாக்கினால் அப்பொருள் தன் காந்தசக்தியை இழந்துவிடுகிறது என்று ஆராய்ச்சிகளிலிருந்து தெரிகிறது. பொருட்களுக்குத் தகுந்தாற்போல் கியூரி வெப்பநிலை 400° முதல் 600° சென்டிகிரேட் வெப்பநிலையாகக் காணப்படு கிறது. இதற்கு நேர்மாறாக, காந்த சக்தியை ஏற்றுக் கொள்ளக்கூடிய ஒரு பொருள் கியூரி வெப்பநிலைக்குக் கீழ் குளிர்விக்கப்பட்டால் அப்பொருள் தன்னைச் சுற்றியுள்ள காந்த மண்டலத்தின் காந்தப் போக்கை ஏற்றுக்கொள்ளும் என அறியவருகிறது.

அண்மையில் வெளிவந்த மிகக் குறைவான காந்தசக்தியுள்ள எரிமலைக் குழம்பு சுமார் 1000° வெப்பநிலையிலிருந்து குளிர்ந்து வரும்போது தன்னைச் சுற்றியுள்ள படுகையில் காணப்படும் காந்தப் போக்கை ஏற்றுக் கொள்கிறது. காந்தப் போக்கைச் சுட்டிக் காட்டும் காந்த முள் நிலநடுக்கோட்டில் கிடைநிலையிலும் (காந்த இறக்கம் 0°) துருவங்களில் செங்குத்தாகவும் (காந்த இறக்கம்=90°) காட்டுகிறது. நிலநடுக்கோட்டுக்கும் துருவத்துக்கும் இடையில் காந்த இறக்கத்தை $\tan \theta = 2 \tan I$ என்ற விதிகொண்டு கணக்கிடலாம். இதில் θ என்பது நிலநடுக்கோட்டிலிருந்து உள்ள கோணத் தூரத்தைக் குறிக்கும். I என்பது அவ்விடத்தின் காந்த இறக்கத்தைக் குறிக்கும். வடஅரைக் கோளத்தில் காந்தமுள்ளின் வடமுனை கீழ் நோக்கி இறங்குகிறது. இது நேர் இறக்கம் ஆகும். தென் அரைக் கோளத்தில் காந்தமுள்ளின் வடமுனை மேல்நோக்கி உயர்கிறது. இது எதிர்மறை இறக்கமாகும்.

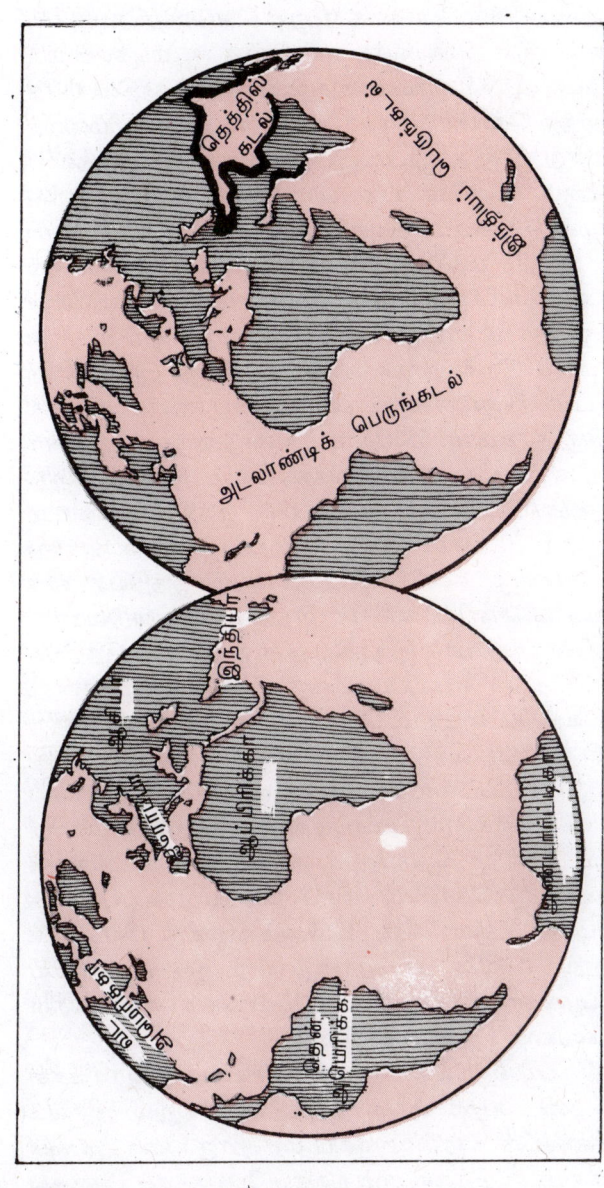

படம் 8: நிலப்பரப்பு தொடர்ந்து உடைந்து பல பாகங்களாகப் பிரிந்து சென்றன. சுமார் 5.5 கோடி ஆண்டுகளுக்கு முன் வடக்கு நோக்கி நகர்ந்து சென்ற இந்தியா நிலநடுக்கோட்டைத் தாண்டிச் சென்று ஆசியாவுடன் மோதி, இப்போதுள்ள இடத்தை அடைந்தது. இந்தியா இன்றும் வடக்குத் திசையில் நகர்ந்து கொண்டிருப்பதாகவும், அதன் காரணமாக இமயமலை கொஞ்சம் கொஞ்சமாக உயர்ந்து கொண்டிருப்பதாகவும் அறிவியலார் நம்புகின்றனர்.

நகரும் இந்தியா

அண்மையில் வெளிவந்த எரிமலைக்குழம்பு தான் வெளிவந்த இடத்தின் காந்தவிசையின் போக்கை ஏற்றுக் கொள்கிறதென்றால், இவ்விதி முன்காலத்தில் வெளிவந்த எரிமலைக் குழம்புகளுக்கும் பொருந்தும். பழங்காலத்தில் எரிமலைக்குழம்புகள் வடிந்ததிலிருந்தே கண்டங்கள் நகர்ந்து கொண்டுள்ளனவென்றால், அந்த எரிமலைக் குழம்பு வந்தபோது இருந்த இடம் இப்போதுள்ள இடத்தைவிட வேறாக இருக்கும். உலகின் பல பாகங்களிலும் தோன்றிய எரிமலைக் குழம்புகளுக்கும் இவ்விதி சமமாகப் பொருந்தும். மகாராஷ்டிரம் மற்றும் மத்தியப்பிரதேசம் ஆகிய மாநிலங்களில் காணப்படும் எரிமலைக்குழம்புகள் முன்காலத்தில் பல்வேறு இடங்களில் இருந்ததாகக் காட்டுகின்றன. மேலும் அவற்றின் காந்த இறக்கம் எதிர்மறை இறக்கமாகக் காணப்படுகிறது. இதிலிருந்து, இந்தியக் கண்டம் நிலநடுக்கோட்டின் தென்பகுதியில் இருந்த தாகவும், அங்கிருந்து சுமார் 55 கோடி ஆண்டுகளுக்கு முன்னர் தான் நிலநடுக் கோட்டைத் தாண்டி வந்ததாகவும் அறியவருகிறது.

இந்தக் கணக்கீட்டின் அடிப்படையில், இந்தியக் கண்டம் ஆண்டுக்கு 5 முதல் 30 செ.மீ. நகர்ந்ததாகவும், இன்னும் நகர்ந்து-கொண்டிருப்பதாகவும் கணிக்கப்பட்டுள்ளது. இந்தியா ஒரு விதிவிலக்காகும். ஏனெனில், வடகோளத்தில் கோண்டுவானா பெருங்கண்டத்தின் பகுதியாக இருக்கிற ஒரே நிலப்பகுதி இந்தியக் கண்டமாகும். 'டெத்தீஸ்' எனப்பட்ட ஒரு புராதனக் கடலானது, ஆசிய-ஐரோப்பியத் தட்டையும், தென்அரைக் கோளத்திலிருந்து வடக்கு நோக்கி நகர்ந்து வந்த இந்தியக் கண்டத்தையும் பிரித்து நின்றது (படம். 8) இமயமலையில் உள்ள படுகைகளில் காணப் படும் கடல் வாழ் உயிர்களின் புதைபடிவங்கள் இதற்குச் சான்று கூறுகின்றன. வடக்கிலும் தெற்கிலுமிருந்த இரு கண்டங்களுக் கிடையே அகப்பட்டுக்கொண்டு மிகப் பெரிய மடிப்புகளாக உயர்ந்து இமயமலை உருவாகியது. 1965ஆம் ஆண்டு பி.எம்.எஸ். பிளாக்கட் மற்றும் எஸ்.கே. ரன்கார்ன் என்ற இரு ஆங்கிலேய அறிவியலார் பழங்காலக் காந்தவிசையியல்மூலம் கண்டங்கள் நகர்கின்றன என்பதை உறுதிப்படுத்தினர்.

1954முதல் பழங்காலக் காந்தவிசையியல் ஆராய்ச்சி விறுவிறுப்பாக நடைபெற்ற அதே நேரத்தில், வெறும் ஆர்வம் மட்டுமின்றி தேவையின் காரணமாகவும் மற்றொரு வகை ஆய்வும் மேற்கொள்ளப்பட்டது. இரண்டாம் உலகப் போருக்குப் பிந்தைய ஆண்டுகளில் அட்லாண்டிக் பெருங்கடலின் குறுக்கே இடப்

நிலநடுக்கம் எவ்வாறு ஏற்படுகிறது?

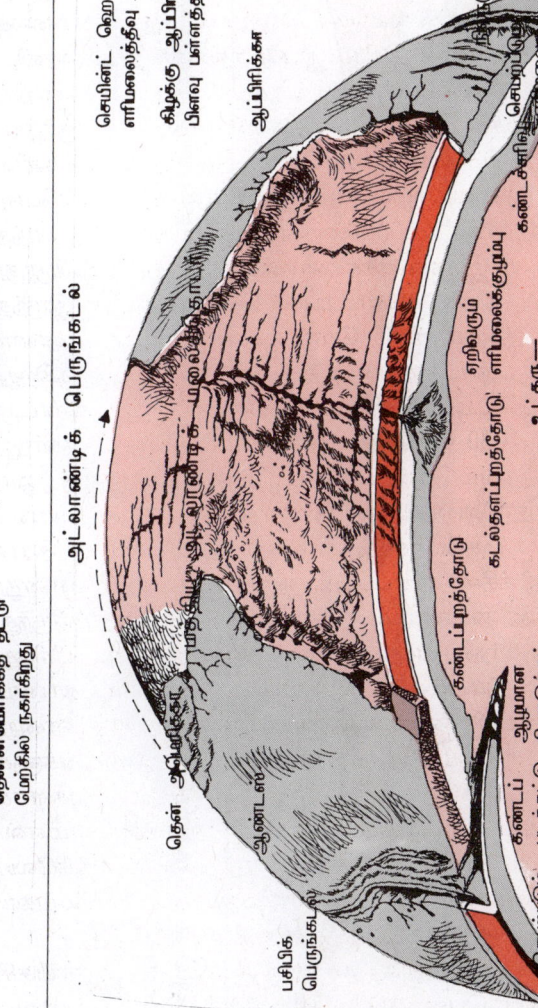

நிலநடுக்கம்

படம் 9அ: 'கடலின் அடித்தளம் பரவும்' விதிப்படி மத்தியக்கடல்மலைத் தொடரில் காணப்படும் பிளவுகளிலிருந்து வெளிப்படும் எரிமலைக் குழம்பு நிலநடுக்கங்களைத் தோற்றுவிக்கிறது. கடலின் அடித்தளத்தை மலைத்தொடரின் இருபக்கங்களிலும் தள்ளுகிறது.

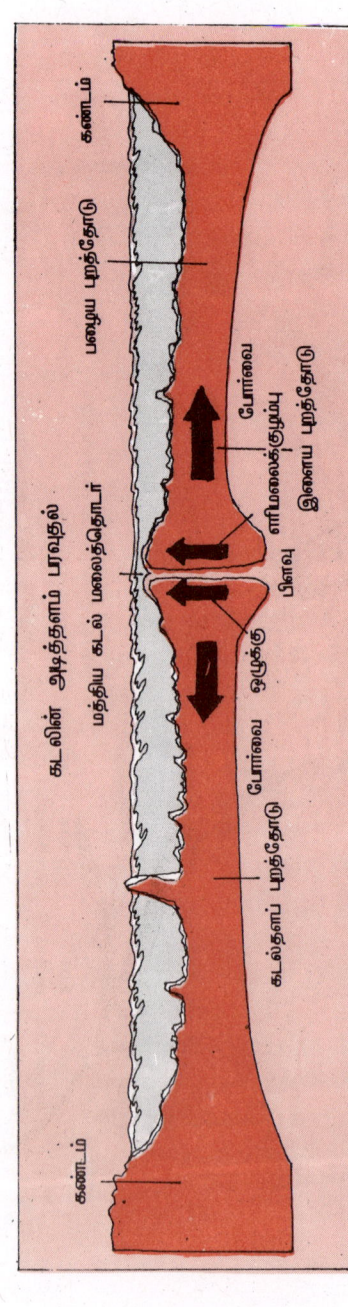

படம் 9b: 'மத்திய கடல் மலைத்தொடரின் பிளவிலிருந்து வெளிப்படும் எரிமலைக்குழம்பு வழிந்தோடுவதைக் காட்டும் குறுக்குத் தோற்றம்.

பட்டிருந்த தொலைபேசிக் கம்பிகள் அறுந்துவிட்டன. இதுபற்றிக் கடலியல் நிபுணரான டாக்டர் புரூஸ் சி.ஹீசனிடம் தெரிவிக்கப் பட்டது. அவர் தன் கூட்டாளிகளான மேரி தார்ப் மற்றும் டாக்டர் மௌரீஸ் இவிங்குடன் சேர்ந்து, கடல் தளத்தை ஆராய்ந்தார். கடலினடியே உள்ள மலைத் தொடர்களினிடையேயுள்ள ஆழமான பிளவு அல்லது பள்ளத்தாக்கினருகே தொலைபேசிக் கம்பிகள் அறுந்திருப்பதைக் கண்டார். கடலுக்கடியே அமைதியான தரை மட்டுமல்ல, இமயமலையைவிட உயரமான மலைத் தொடர்கள் உள்ளன என்பது அறியப்பட்டது. டாக்டர் ஹீசன் கண்டறிந்த மலைத்தொடர் மத்திய அட்லாண்டிக் மலைத்தொடர் (படம் 9) எனப்பட்டது. அது அட்லாண்டிக் பெருங்கடலைப் பிரிக்கும் கோடு போல் உள்ளது. பெருங்கடலினிடையே உள்ள பிளவு 25 முதல் 50 கி.மீ. அகலமாக உள்ளது.

வியக்கத்தக்க வகையில் இப்பிளவின் மேல் பல நிலநடுக் கங்கள் பதிவானதால் தீவிர ஆராய்ச்சி மேற்கொள்ளப் பட்டது. கடலின் அடிப்பரப்பின் வரைபடத்தை ஆராய்ந்தபோது மத்திய அட்லாண்டிக் மலைத்தொடர் பற்றிய விபரம் கிடைத்தது. மத்திய அட்லாண்டிக் மலைத்தொடர் என்பது அட்லாண்டிக், பசிபிக் மற்றும் இந்தியப் பெருங்கடல் வழியே செல்லும் 640,000 கி.மீ. நீளமான பெரும் மத்தியக் கடல்மலையின் ஒரு பகுதியாகும். இம்மலைத்தொடரினிடையே ஆழமான பிளவு இருப்பதாகவும், அங்கு அடிக்கடி நிலநடுக்கம் ஏற்படுவதாகவும் தெரியவந்தது. ஆங்கிலேயக் கடலியலார் சர் எட்வர்டு புல்லார்டு என்பவர் இம்மலைத்தொடரின் வெப்பநிலை கடலின் அடித்தளத்திலுள்ள மற்ற இடங்களைவிட அதிகமாக உள்ளதாகக் கண்டறிந்தார்.

1953ஆம் ஆண்டு டாக்டர் ஹீசன் மற்றும் அவரது கூட்டாளிகள் 'பரவும் கடலின் அடித்தளம்' என்னும் விதியை அறிவித்தனர். இதன்படி மத்தியக் கடல்மலைத்தொடரின் பிளவுகள் மூலம் வெளிப்படும் எரிமலைக் குழம்பு படிவதால் கடலின் அடித்தளம் மலைத்தொடரின் இரு பக்கங்களிலும் தள்ளப்படுகிறது. இவ்வாறு கடலின் அடித்தளம் பரவுவதால் பாறைத்தட்டுகள் நகர்கின்றன. இப்பிளவுகளிலிருந்து உண்மை யாகவே எரிமலைக் குழம்பு வெளிவந்ததற்கான ஆதாரங்கள் பல ஆண்டுகளுக்குப் பின் காணப்பட்டன.

2

நிலநடுக்கம் பற்றிய ஆய்வு

நிலநடுக்கம் பற்றிய ஆராய்ச்சி இந்தியாவில் பத்தொன்பதாம் நூற்றாண்டிலேயே இந்திய மண்ணியல் ஆய்வகத்தின் முன்னிலையில் நடைபெறத் துவங்கியது. 1869 ஜனவரி 10இல் வந்த கச்சர் நிலநடுக்கம் பற்றிய ஆய்வை டாக்டர் டி. ஓல்டுஹாம் நடத்தினார். நிலநடுக்கம் ஏற்படுவது மண்ணியலைச் சேர்ந்த தென்பதை அறிந்த அவர், அனைத்துப் பெரிய நிலநடுக்கங்களையும் இந்திய மண்ணியல் ஆய்வகம் கட்டாயமாக ஆராயவேண்டு மெனப் பணித்தார். அதன்படி நிலநடுக்கத்தின் மூலமும் காரணமும் அறிந்து அவ்விடங்களில் கட்டிடங்கள் கட்டுமுன் எடுக்க வேண்டிய நடவடிக்கை பற்றியும் தெரியப்படுத்த வேண்டும். இதிலிருந்து நிலநடுக்கம் ஏற்படக்கூடிய இடங்களில் கட்டிடங்கள் கட்டுவதற்கு முன்னெச்சரிக்கைகள் எடுக்க வேண்டுமென்பது இன்று தோன்றியதல்ல, பத்தொன்பதாம் நூற்றாண்டிலேயே தெரிந்திருந்ததென விளங்குகிறது.

இந்தியாவில் 1869வரை நிகழ்ந்த 90க்கும் மேற்பட்ட நிலநடுக்கங்களை முதன்முதலில் தொகுத்துப் பட்டியலிட்டார் டாக்டர் ஓல்டுஹாம் (GSI Memoir XIX). இவற்றில் 28 நிலநடுக்கங்கள் 'எளிதில் அசைக்க முடியாத தீபகற்பம்' எனப்படும் தென்னிந்தியாவில் நிகழ்ந்தவையாகும். நிலத்தடியிலுள்ள கனிப் பொருட்களைக் கண்டறிவதற்காக இந்திய மண்ணியல் ஆய்வகத்தை நிறுவிய வணி நோக்கம் கொண்ட கிழக்கிந்தியக் கம்பெனி இம்மாதிரியான கல்விரீதியிலான ஆராய்ச்சியைப் பாராட்டினார்களா என்பது தெரியவில்லை. ஆனால் அவர்கள் டாக்டர் ஓல்டுஹாமின் (படம். 10) தகுதிக்கு மதிப்புக் கொடுத்து அவர் செய்கைகளை எதிர்க்க வில்லை. டாக்டர் ஓல்டுஹாம் மண்ணியல் தரும் பொருளாதாரப் பயன்களைப் பற்றிக் கவலைப்படவில்லை; மண்ணியல் மனித

நிலநடுக்கம் பற்றிய ஆய்வு

படம் 10: டி ஓல்டுஹாம்

இனத்துக்குப் பயன்பட வேண்டும் என்பதால், அறிவியல்பூர்வமாக நிலநடுக்கங்களைப் பதிவு செய்வதிலும் பட்டியலிடுவதிலும் ஈடுபட்டார்.

ஓல்டுஹாமின் பட்டியல் வரலாற்றுப் புகழ்பெற்ற மற்றும் வரலாற்றுக்கு முந்திய நிலநடுக்கங்கள் அடங்கிய பழங்கால நிலநடுக்க ஆய்வுநூலின் முன்னோடியாகும். நிலநடுக்கக் கல்வியில் இன்று 'பாலோசெஸ்மாலஜி' எனப்படும் ஒரு பிரிவுக்கு இவருடைய பட்டியல்தான் துவக்கம். இன்று இது கல்வியளவேயான ஆராய்ச்சியாகும். ஆனால் இது நிலநடுக்கம் ஓரிடத்தில் எப்போது நிகழலாம் என்பதைக் கவனிப்பதில் உதவும். கலிபோர்னியா தொழில்நுட்ப நிறுவனத்தின் கெர்ரி சியே என்பவர் சான் ஆண்டிரியாஸ் இடைமுறிவினருகே செய்த ஆய்விலிருந்து கி.பி. 260 முதல் 1727 வரை பத்து நிலநடுக்கங்கள், அதாவது, சுமார் 150 ஆண்டுகளுக்கு ஒரு பெரிய நிலநடுக்கம் நிகழ்ந்திருக்கக் கூடுமெனக் குறிப்பிட்டார். அவ்விடங்களில் உள்ள தூள் நிலக்கரியின் வயதைக் கணித்ததிலிருந்து இவ்வாறு குறிப்பிட்டார். மேலும், வயதான மரங்களின் வளர்ச்சியைக் குறிக்கும் வளையங்களை ஆராய்வதாலும் பழங்காலத்தில் நிகழ்ந்த நிலநடுக்கத்தின் வயதைக் கணிக்கலாம்.

நிலநடுக்க ஆய்வுக்கு இந்திய மண்ணியல் ஆய்வகம் செய்த

படம் 11: ஆர்.டி ஓல்டுஹாம்

மாபெரும் உதவியானது, ஆர்.டி. ஓல்டுஹாம் (படம் 11) கண்டு பிடித்த மூன்று வேறுபட்ட நிலநடுக்க அலைகளாகும். அவை முதல் நிலையலை (P), துணையலை (S), மற்றும் நீண்ட அலை (L) எனப்படுபவை. நிலநடுக்கக் கருவியில் பதிவு செய்யப்பட்ட நிலநடுக்கங்களின் அலைகளை ஆராய்ந்ததன் விளைவாக 1906ஆம் ஆண்டு அவர் பல அடிப்படையான முடிவுகளுக்கு வந்தார். உலகின் நடுப்பகுதி அடர்த்தியாகவும், அதற்கு மேல் அடர்த்தி குறைவான மேலோடு இருப்பதாவும், அடர்த்தியான நடுப் பகுதியின் குறுக்களவு பூமியின் குறுக்களவில் பத்தில் நான்கு பகுதியாக இருப்பதாகவும் கண்டறிந்தார் (படம் 12). தற்காலக் கருத்தின்படி பல அடுக்குகள் இருப்பதாகக் கருதப்பட்டாலும், ஓல்டுஹாமின் கருத்து அலைமறைவு மண்டலம் பற்றி அறிவதற்குத் துணையாகவுள்ளது.

நான்கு விதமான நிலநடுக்க அலைகள் தெரியவந்துள்ளன. அவற்றில் மூன்று ஓல்டுஹாம் கண்டுபிடித்தவை. மற்றது ஏ.ஈ.லெறச். லவ் என்பவர் கண்டுபிடித்தது. அவையாவன: முதல்நிலையலை அல்லது P அலை. இதன் அலைநீளம் மற்ற அலைகளைவிடக் குறைவாகும். இதைத் தள்ளுஅலை என்றும் குறிப்பிடலாம் (படம் 12). இவ்வலைகள் அழுத்தியும் நீண்டும் செல்பவை. அலை

நிலநடுக்கம் பற்றிய ஆய்வு

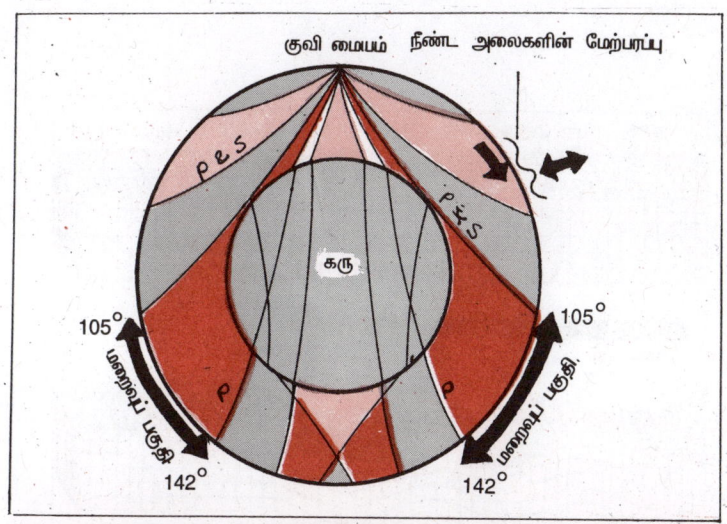

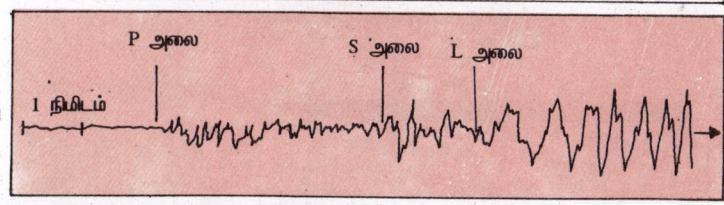

படம் 12: சில நிலநடுக்க அலைகள் (P அலைகள்) பூமியின் கருவைத் துளைத்துச் சென்று கதிர்விலகல் மற்றும் பிரதிபலித்து (ஒளி அலைகளைப்போல்) பூமியின் வெளியோட்டைக் கடந்து செல்கின்றன. அலைகளின் மொத்த பட்டெறிவினால் அலைகள் போகாத மறைவுப் பகுதி உண்டாகிறது. S அலைகள் பூமியின் கருவைக் கடந்து செல்ல முடியாது. ஏனெனில், அது அடர்த்தியாக இருந்தாலும் இறுக்கமாக இல்லை. மேற்பரப்பு அலை அல்லது நீண்ட அலை பூமியின் மேற்பரப்பில் கடந்து செல்லும்போது பெருத்த சேதம் ஏற்படுத்துகிறது. கீழேயுள்ள படத்தில் நிலநடுக்கப்பதிவு காணப்படுகிறது.

செல்லும் போக்கிலேயே அணுக்கூறுகள் முன்னும் பின்னும் அதிர்ந்து கொண்டிருக்கும். இவ்வலையின் வேகம் வினாடிக்கு 5 முதல் 8 கிமீ. ஆகும். இவ்வலை திடப்பொருள் மூலமாகவும் திரவப் பொருள் மூலமாகவும் பரவும். ஆனால் திடப் பொருளில் இதன் வேகம் அதிகமாகும். ஒலிஅலைகள் போன்றவை இவை. அலைகள் தாம் செல்லும் வழியிலுள்ள பாறைகளை செல்லும் போக்கிலேயே அழுத்தியும் நீட்டியும் செய்துகொண்டு செல்கின்றன. துணையலை

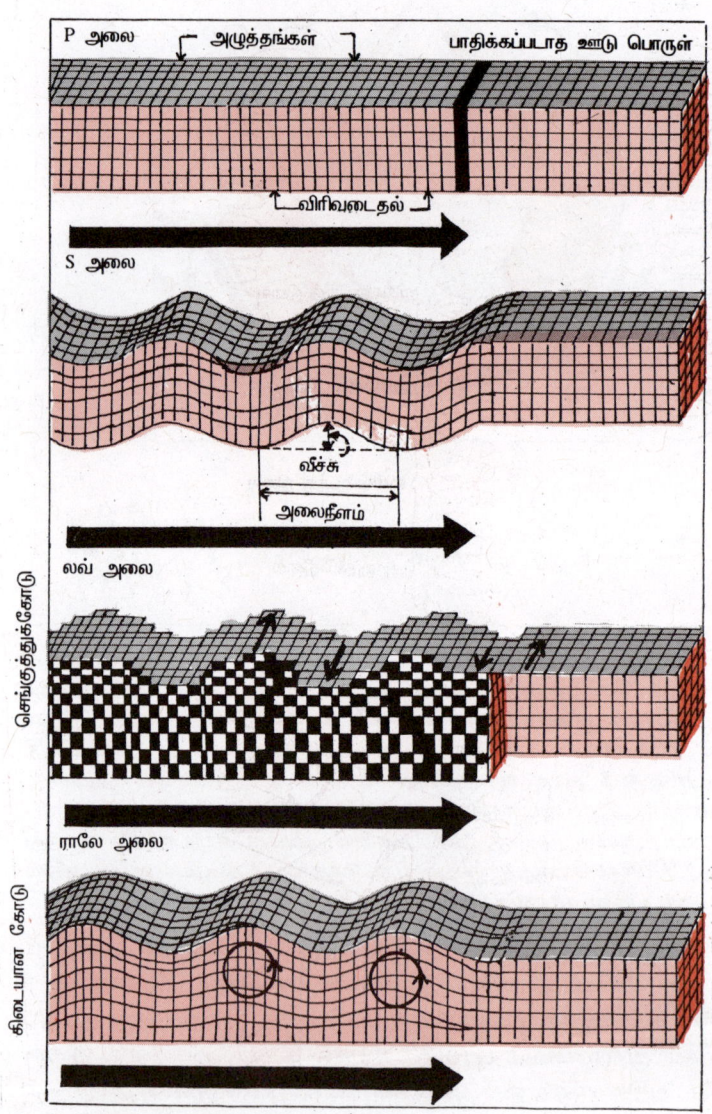

படம் 13: நிலநடுக்க அலை இயக்கம் இங்கு விளக்கப்படடுள்ளது.

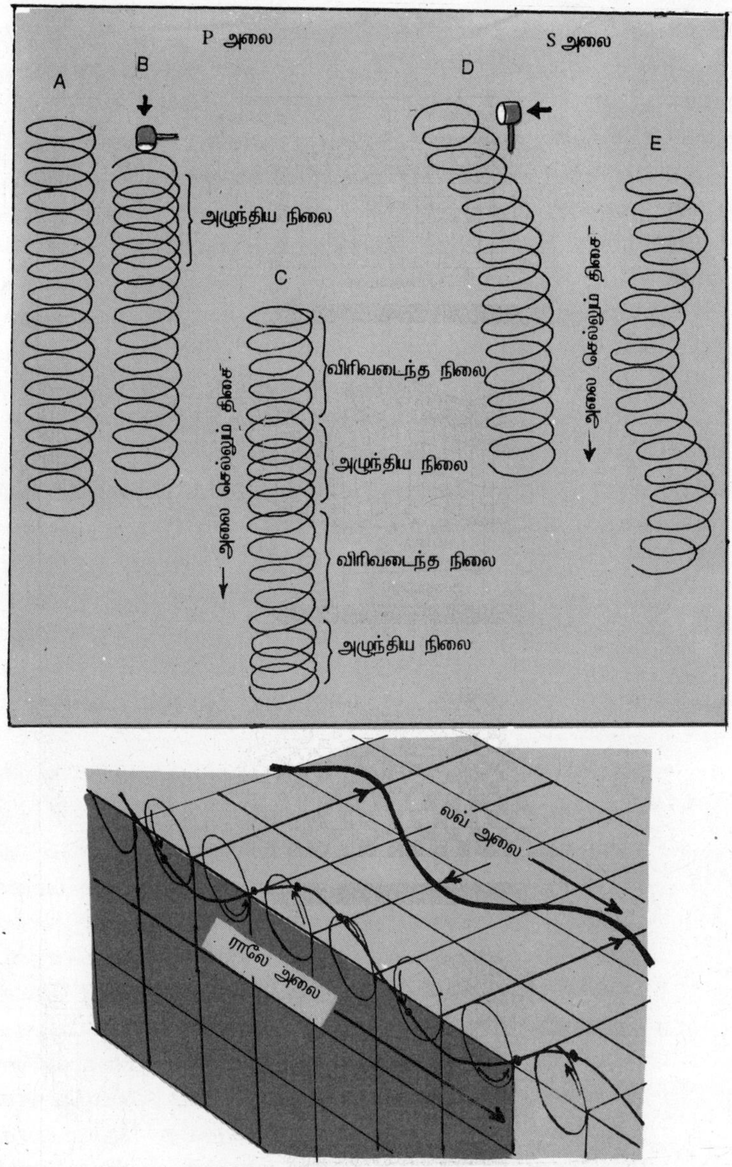

நிலநடுக்கம் பற்றிய ஆய்வு

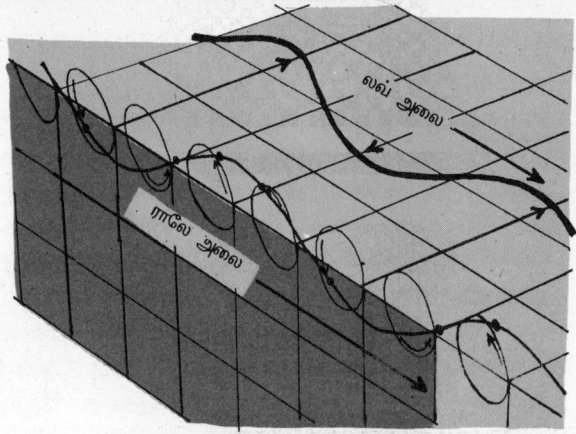

படம் 14: சுருள்வில் கொண்டு P மற்றும் S அலைகளுக்கு விளக்கம். கீழேயுள்ள படம் ராலே மற்றும் லவ் அலைகளின் அதிர்வுகளைக் காட்டுகிறது.

அல்லது அலையின் அலைநீளம் நடுத்தரமானது. இதை அதிரலை என்றும் அழைக்கலாம் (படம் 13). அணுக்கூறுகளின் அதிர்வு அலைசெல்லும் போக்கிற்குச் செங்குத்தாக உள்ளது. இவ்வலை திடப்பொருள்மூலமாக மட்டுமே பரவும். திரவத்தின்மூலம் பரவமுடியாது. இதன் வேகம் வினாடிக்கு 3 முதல் 5 கி.மீ ஆகும். பூமியின் மத்திய பாகத்தின் வழியே S அலை பரவுவதில்லை யென்பதைக் கண்டறிந்ததால் அப்பாகம் திரவமாகவுள்ளதென்று அறிய முடிந்தது. இது ஒளி அலை போன்று பரவுகிறது. பாறை களைத் தான் செல்லும் போக்கிற்குச் செங்குத்தான திசையில் அதிரச் செய்கிறது. மேற்பரப்பலை அல்லது நீண்ட அலை பூமியின் மேற்பரப்பினருகே, சுமார் 32 கி.மீ. ஆழத்துக்குள் செல்கிறது. இதை கி.பி. 1900 ஆம் ஆண்டு ராலே என்பவர் விவரித்தார். ஆகவே ராலே அலை என்றும் இது அழைக்கப்படுகிறது. இவ்வலை கடலலை போன்று உருண்டு உருண்டு செல்கிறது. தான் செல்லும் போக்கிலேயே உருண்டு சென்று அதிகமான சிதைவு ஏற்படுத்து கிறது. இது முதல்நிலையலை மற்றும் துணையலை சேர்ந்து உருவாகிறது. லவ் அலையும் ராலே அலை போன்றது. ஆனால் இது பூமியைத் தான்போகும் போக்கிற்குச் செங்குத்தாக அதிரச் செய்கிறது (படம் 14). ஆக்ஸ்போர்டின் கணிதமேதை ஏ.ஈ.ஹெச். லவ்வின் பெயரால் அழைக்கப்படுகிறது. லவ் அலை, துணையலை போன்றது. ஆனால் அணுக்கூறுகள் அலையின் போக்கிற்குக் குறுக்காக (பக்கத்திலிருந்து பக்கமாக) அதிர்கின்றன (மேலிருந்து கீழாக அல்லாமல்).

ஒரு நூற்றாண்டுக்கு முன் ஆர்.டி ஓல்டுஹாம் P அலை பற்றிக் கீழ்க்கண்டவாறு விவரித்தார்:

"நிலநடுக்கம் என்றால் என்னவென்று முதலிலேயே தெரியாமல் அதுபற்றி ஆராய்வது இயலாததாகும், பயன் அற்றதாகும். இன்றைக்கும் மண்ணியல் குறிப்பேடுகளில் இது பற்றிய சில தவறான குறிப்புகள் காணப்படுகின்றன. ஆகவே நில நடுக்கம் பற்றிய சிறிய விளக்கம் இங்கு தேவைப்படுகிறது. பூமிக்குள் அடக்கி வைக்கப்பட்ட அழுத்தம் பாறைகளுக்கிடையேயுள்ள பிளவுகளின் மூலமாக வெளிப்படுவதால் நிலநடுக்கம் ஏற்படுவதாக நம்பப்படுகிறது. இது நிலநடுக்கத்தை நேரடியாக விவரிப்பதாகத் தோன்றினாலும், இதைவிட உண்மைக்குப் புறம்பான செய்தி இருக்க முடியாது.

ஒரு நீளமான மரக்கட்டை தரையில் கிடப்பதாக வைத்துக்கொள்வோம். மரக்கட்டையின் ஒரு முனையில் சுத்தியால் அடிக்கும்போது, மறுமுனையில் கட்டித் தொங்கவிடப்பட்ட எடைக்கல் ஆடுகிறது. ஆனால் மரக்கட்டை அசையாமல் அதே இடத்திலுள்ளது. சுத்தியால் அடிக்கும்போது மரக்கட்டையில் ஒருவித அழுத்த அலை உருவாகி மறுமுனைவரை செல்கிறது. அடிபட்ட ஒரு அணுக்கூறு தன் முன்னாலுள்ள அணுக் கூறைத் தள்ளுகிறது. அழுத்தம் நீங்கியதும் மீண்டும் தன் பழைய நிலைக்குத் திரும்பிவிடுகிறது. ஆகவே மரக்கட்டை அசையாமல் அழுத்த அலைமட்டும் ஒரு முனையிலிருந்து மறுமுனைவரை பரவிச் செல்கிறது. இறுதிமுனையை அடைந்ததும் அங்கே கட்டப்பட்டுள்ள சிறு எடை விழுகிறது. இதுபோன்றே நிலத்தில் ஒரு அழுத்தம் தோன்றி கடந்து செல்கிறது. இதுதான் நிலநடுக்கம் என்று பொதுவாக அழைக்கப்படுகிறது.

நிலநடுக்கம் பற்றிய ஆய்வுகள் பூமியின் உட்பாகம் பற்றி அறிவியலார் அறிவதற்கு உதவின. ஓரிடத்தில் நிலநடுக்கம் உருவானபோது அங்கிருந்து பல திசைகளிலும் வெகுதொலைவி லுள்ள நிலநடுக்கக் கருவிகளிலும் P அலைகள் சென்று பதிவாயின. ஆனால் S அலைகள் பதிவாகவில்லையென அறியப்பட்டது. பூமியின் மேற்பரப்பில் ஒரு பாகத்தில் P அலைகள் சென்றடைய வில்லை என்பது தெளிவாகியது. இப்பாகம் நிலநடுக்க மையத்திலிருந்து 105° முதல் 142° வரையுள்ள கோண அளவாகும். இதிலிருந்து P அலைகள் 105° கோணத்தில் செல்லும்போது கதிர் சிதர்வினால் விலகிச் செல்கின்றனவென்று தெரியவந்தது. மீண்டும் அலை 142° கோணத்திற்கு மேல் வெளிப்படுகின்றன. 105° முதல் 142° வரை மறைவுப் பிரதேசமாகும். இது மொத்த பட்டெறிவு காரணமாக உண்டாகிறது. மொத்த பட்டெறிவும் கதிர்ச்சிதர்வும் பூமியின் நடுப்பாகம் திரவப் பொருளால் ஆனதால் உண்டாகிறது. S அலைகள் திரவத்தினூடே பரவ முடியாததால் அவற்றினால் மறைவுப் பிரதேசம் உண்டாவதில்லை (படம் 12).

முதன்முதலில் P மற்றும் S அலைகளின் வேறுபாட்டை ஆராய்ந்த ஓல்டுஹாம் (1906) பூமியின் நடுப்பாகம் திரவமாக இருக்கலாமென்று கூறினார். பேனோ கூட்டன்பர்க் என்ற ஜெர்மானியர் 1914ஆம் ஆண்டு இத்திரவம் சுமார் 1800 மைல்

களுக்குக் (2897 கி.மீ) கீழே உள்ளதாகக் கண்டுபிடித்தார். பூமியின் ஆரம் சுமார் 3,960 மைல்களாகவும் (6373 கி.மீ) அதன் நடுப்பாகம் சுமார் 2,160 மைல்கள் (3476 கி.மீ) குறுக்களவாகவும் உள்ளது.

நிலநடுக்க அலைகள் ஒலி மற்றும் ஒளி அலைகள் பரவுவதைப்போல பரவுகின்றன என்று கூறப்படுவது சரிதான் என்றாலும் சில விதங்களில் சரியில்லை. உதாரணமாக, ஒளியும் S அலையும் பக்கவாட்டில் அதிர்ந்துசெல்வன. என்றாலும், ஒளியலை திரவத்தினூடே செல்லும், ஆனால் S அலை திரவத்தில் ஊடுருவிச் செல்ல முடியாது. S அலை ஏன் திரவம் அல்லது திடப்பொருள் அல்லாத பொருள்களை ஊடுருவிச் செல்ல முடியாது என்பதை எலாஸ்டிசிடி விதிகளைக் கொண்டு விளக்க முடியும். ஆனால் இந்நூலின் பரப்புக்கு அப்பாற்பட்டதாக இருக்கும்.

3

அளக்கும் கருவிகள்

கருவிகளின் பதிவேட்டிலிருந்து நிலநடுக்கத்தின் அளவை அளக்கும் ஆய்வு நிலநடுக்க ஆய்வியல் (seismology) எனப்படுகிறது. நில நடுக்கத்தின் அளவை அளப்பதற்காக நிலநடுக்க அதிர்விடமானி (seismoscope) என்ற கருவியை முதன் முதலில் கண்டுபிடித்தவர் சீனத்தைச் சேர்ந்த சேங்ஹெங் (கி.பி. 78-139) என்பவர். இவர் சிறந்த வானியலார், நிலவியலார், கணித மேதை என்றாலும், இலக்கியச் சாதனைகளுக்காகவே நன்கு அறியப்பட்டவர். குறிப்புகளில் கண்ட விபரங்களிலுள்ளது போன்று மீண்டும் செய்யப்பட்ட இக்கருவி அமெரிக்காவில் ஒரு அரும்பொருட் காட்சியகத்தில் வைக்கப்பட்டுள்ளது. இது மிக அழகாக அலங்கரிக்கப்பட்ட குடுவை போன்று காணப்படுகிறது. அதன் நடுவே ஒரு ஊசலாடும் குண்டு தொங்கவிடப்பட்டுள்ளது. அதைச்சுற்றி அசையும் தாடை கொண்ட நெருப்பு உமிழும் விலங்கின் வாய் போன்று எட்டு அமைப்புகள் காணப்படுகின்றன. தாடைகள், ஊசற்குண்டுடன் கம்பிகளால் இணைக்கப்பட்டுள்ளன. எட்டு ஆரைகள் கொண்ட சக்கரம் போலுள்ள இவ்வமைப்பு ஒரு குடுவையின்மேல் பொருத்தப்பட்டுள்ளது. ஒவ்வொரு தாடையும் வெண்கலத்தாலான ஒரு குண்டைத் தாங்கிக் கொண்டுள்ளது. ஒவ்வொரு தாடைக்கும் கீழே வாயைத் திறந்துகொண்டு தவளை போன்ற உருவம் அமைக்கப்பட்டுள்ளது. வெண்கலக் குண்டு எந்நேரத்திலும் தவளையின் வாய்க்குள் விழுந்துவிடலாம் போன்று உள்ளது. நிலநடுக்கம் ஏற்படும்போது அதிர்ச்சியின் காரணமாக ஒரு குண்டு தவளையின் வாயில் விழுகின்றது. அப்படி விழும் போது எச்சரிக்கை ஒலி ஏற்படுகிறது. எப்பக்கத்திலிருந்த குண்டு விழுந்தது என்பதைப் பார்த்து நிலநடுக்கம் வந்த திசையை அறிய முடியும்.

கி.பி. 1889 ஜனவரி 10 அன்று நிகழ்ந்த கச்சார் நிலநடுக்கம் பற்றி ஓல்டுஹாம் எழுதிய ஒரு நூலில் நிலநடுக்கத்தின் அளவையும், அதுவந்த திசையையும் எளிதாகக் கண்டுபிடிப்பதற்கான சில முறைகளைக் குறிப்பிட்டுள்ளார். இந்நூலின் மூன்றாம் பாகத்தில் இந்தியாவில் 1869ஆம் ஆண்டு வரை நிகழ்ந்த நிலநடுக்கங்களைத் தொகுத்துப் பட்டியலிடப்பட்டுள்ளது. ஒரு வட்டவடிவமான பாத்திரத்தில் பாதியளவு நீரை நிரப்ப வேண்டும். நீரில் வண்ணம் கலந்திருக்க வேண்டும். பாத்திரத்தின் உட்பக்கச் சுவர் வெள்ளையாக இருக்க வேண்டும். நிலநடுக்கம் வரும்போது அதிர்வு வந்த திசையிலிருந்து நீர்மேலே பொங்கியெழுந்து பாத்திரத்தின் சுவரில் ஒரு அடையாளம் ஏற்படுத்தும். இதிலிருந்து நிலநடுக்கம் வந்த திசையை அறியலாம்.

மற்றொரு முறை: ஒரு மெலிந்த, குறுகிக் கொண்டு செல்லும் மரப்பட்டையின்மீது 6 அல்லது அதிகமான, சுமார் 30 செ.மீ. உயரமான, விட்டம் குறைந்துகொண்டு செல்லும், மரத்தாலான உருளைகளை வரிசையாக நிறுத்தி வைக்கவேண்டும். அவை ஒன்றுக்குமேல் ஒன்று விழுந்துவிடாமல் இடைவிட்டு நிறுத்தப்பட வேண்டும். மரப்பட்டையின் அகலம் குறைந்து கொண்டுசெல்லும் உருளைகளின் விட்டத்தைப் போல் குறைந்து கொண்டு செல்ல வேண்டும். இதுபோன்று இரண்டு அமைப்புகள் ஒன்று வடக்கு-தெற்காகவும் மற்றொன்று கிழக்கு-மேற்காகவும் அமைக்கப்பட வேண்டும். நிலநடுக்க அதிர்வின்போது அதன் அளவுக்கு ஏற்றபடி சில உருளைகள் சாய்ந்து விழும். மரத்தாலான உருளைகளுக்குப் பதிலாக உலோகம், கல் அல்லது பீங்கானில் செய்த உருளைகளையும் பயன்படுத்தலாம். அதிர்ச்சியின் கிடைநிலை அளவு சாய்ந்து விழுந்த உருளைகளில் மிகப்பெரிய உருளையைச் சாய்ப்பதற்குத் தேவையான அதிர்ச்சிக்கும், விழாமல் நிற்கும் உருளைகளில் மிகச் சிறிய உருளையைச் சாய்ப்பதற்குத் தேவை யான விசையையும் கணக்கிட்டுவிடலாம். அல்லது உருளைகளின் விட்டங்களை நிலநடுக்கத்தின் அளவோடு ஒப்பிடலாம். நிலநடுக்க ஆய்வுநூலின் தந்தை என்றும், அறிவியலில் நிலநடுக்கவியலை சேர்த்தவர் என்றும் கருதப்படும் ராபர்ட் மெல்லட் அறிவித்த கருவி பற்றியும் ஓல்டுஹாம் குறிப்பிட்டுள்ளார். இக்கருவியில் நான்கு ஊசற்குண்டுகள் உள்ளன. தொங்கிக் கொண்டிருக்கும் அவை ஏதாவது திசை நோக்கி நகர்ந்து சாய்ந்தால், சாய்ந்த நிலையிலேயே நின்றுவிடும். கிழக்கு, மேற்கு, வடக்கு, தெற்கு என்று ஒவ்வொரு திசைக்கொன்றாக அமைக்கப்பட்டுள்ளன.

அமெரிக்க மண்ணியல் ஆய்வகத்தைச் சேர்ந்த ஆர்.எஸ். டார் என்பவர் நிலநடுக்கம் பற்றி முன்னெச்சரிக்கை கிடைப்பதற்கான அமைப்பு பற்றி விவரிக்கிறார். நிலச்சரிவுகள் மிகுந்த இடங்களில் ஆய்வு செய்யும் சிலர் நிறுவிய அமைப்பாகும் இது. 1899 செப்டம்பர் 3 ஆம் தேதி நிகழ்ந்த நிலநடுக்கத்தின்போது வேட்டைக்கு எடுத்துச் செல்லும் வாள், கத்தி போன்ற ஆயுதங் களைத் தொங்கவிட்டு, லேசான அதிர்வு ஏற்பட்டாலும் அவற்றின் முனைகள் ஒன்றையொன்று தொட்டு ஒலியெழுப்புமாறு செய்தனர். இக்கருவி கொண்டு செப்டம்பர் 10 அன்று நிகழ்ந்த 52 நிலநடுக்க அதிர்ச்சிகளை எண்ணினர். தொங்கும் விளக்குகளின் அசைவிலிருந்தும் நிலநடுக்கத்தை மக்கள் கண்டுகொண்டுள்ளனர். தொங்கும் விளக்கு ஒரு அளவுக்கு மேல் ஊசலாடினால் வீட்டி லிருந்து வெளியேறிவிட வேண்டும். இவையெல்லாம் புராதன முறைகளாகும்.

தற்கால நிலநடுக்கக் கருவி கண்டுபிடித்தவர்

1855ஆம் ஆண்டு இத்தாலிய அறிவியலார் எல். பால்மிரி என்பவர் முதன்முதலான மின்காந்த நிலநடுக்கக் கருவியை உருவாக்கினார். ஆனால் நவீன நிலநடுக்கக் கருவியைக் கண்டுபிடித்தவர் ஜான் மில்னே என்பவராகும். இவர் 1880ஆம் ஆண்டு ஜப்பானியப் பேரரசரின் அழைப்பில் அந்நாட்டில் சென்று பணியாற்றினார். 1914 வரை (முதல் உலகப்போர் ஆரம்பம்) இக்கருவி பயன் படுத்தப்பட்டது. கி.பி. 1913ஆம் ஆண்டு காலமான மில்னே தன் இறுதிக்காலம்வரை உழைத்து, பிரிட்டன் அறிவியல் வளர்ச்சி சங்கத்தின் உதவியுடன் உலகின் பல பாகங்களிலும் நிலநடுக்கக் கருவிகளை நிறுவி, உலகை அதிரவைக்கும் நிலநடுக்கங்களைப் பதிவு செய்து அகில உலக நிலநடுக்கத் தொகுப்பாக வெளியிட்டார். இவர் நிலநடுக்கத்தை அளக்க கருவி கண்டுபிடித்தவர் என்ற பெயர் பெற்றாலும், நிலநடுக்க ஆய்வில் பல எல்லைகளை எட்டியவர். அவருடைய 'நிலநடுக்கமும் மற்ற அசைவுகளும்' என்ற நூல் மிகவும் பெயர் பெற்றதாகும். இவர் 1897ஆம் ஆண்டிலேயே கடலுக்கடியில் தொலைபேசிக் கம்பிகள் அறுந்துகிடப்பதை ஆராய்ந்து, பாறைப் பிளவுகளில் ஏற்படும் பெயர்ச்சியே இதன் காரணம் எனக் கண்டுபிடித்தவராவார். 1952இல் புரூஸ் சி. ஹீசன் மற்றும் மௌரீஸ் இவிங் இதை மறுபடி ஆராய்ந்தனர். முதலில் அவர்கள் கடலுக்கடியில் உள்ள நீர்ச்சுழல் காரணமாகக் கம்பிகள் அறுந்துவிடுவதாக எண்ணினர். ஆனால் 1953ஆம் ஆண்டு

கடல்தளம் விரியும் விதியைக் கண்டறிந்தனர்.

மண்ணியல் பற்றிப் பலகாலம் இருந்த எண்ணத்தைவிட வேறுபட்ட கருத்தை மில்னே கூறினார். பழைய கருத்து ஆஸ்திரிய நாட்டு மண்ணியலார் எட்வர்டு சூயெஸ்ஸின் செல்வாக்கு நிறைந்திருந்தது. கோண்டுவானா பெருங்கண்டம் என்ற சொல்லை உருவாக்கிய மேதைகளில் சூயெஸ்ஸும் ஒருவராவார். நிலநடுக்க அலைகள் பாறைகளில் பிளவு ஏற்படுத்துகின்றன என்று ஒரு கருத்து அக்காலத்தில் இருந்தது. ஆனால் மில்னே முதன்முதலில் இதன் மாறுபட்ட கருத்தைக் கூறினார்—பாறைப் பிளவுகளிலிருந்து நிலநடுக்க அலைகள் உண்டாகின்றன. பண்டைய காலத்தில் எரிமலைகளினால் நிலநடுக்கம் ஏற்படுமென்று எண்ணினர். ஆனால் சில நடுக்கங்கள் மட்டுமே எரிமலைகளால் உண்டானவை என்பது பத்தொன்பதாம் நூற்றாண்டில் தெரியவந்த பின் இதற்கு வேறொரு விளக்கம் தேவைப்பட்டது. மற்றொரு விளக்கமாவது: பூமி குளிர்ந்து சுருங்கி வருவதால் பூமியின் மேற் பரப்பில் ஏற்படும் மாறுதல் காரணமாக பூமியின் ஆழத்திலிருந்து நிலநடுக்க அலைகள் கிளம்பி, பாறைப் பிளவுகளையும் நகர்த்தி வந்தன என்று கூறப் பட்டது. பாறைப் பிளவுகளில் ஏற்படும் பெயர்ச்சி காரணமாக நிலநடுக்கம் ஏற்படுகிறதென்ற உண்மை அதுவரை குறைத்து மதிப்பிடப்பட்டிருந்தது. ஏனெனில் அதுவரை இரண்டு பெரிய நிலநடுக்கங்கள் மட்டுமே பாறைப்பிளவுகளோடு சம்பந்தப் பட்டிருந்ததாகத் தெரியவந்தன. அவை 1819இல் நிகழ்ந்த கட்ச் நிலநடுக்கமும், 1885இல் நிகழ்ந்த நியூசிலாந்து நிலநடுக்கமும் ஆகும்.

1915ஆம் ஆண்டு ஜே.ஜே.. ஷா என்பவர் மில்னேயின் கருவியில் சிறு மாற்றங்கள் செய்தார். அதிர்வின் வீச்சைக் குறைக்கும் கருவியைச் செம்மைப்படுத்தினார். மற்றும் புகைபடிந்த தாளை அகற்றிவிட்டு, நிழற்படத் தகட்டை வைத்தார். இந்த மில்னே-ஷா கருவி பல நாடுகளில் பயன்படுத்தப்பட்டது. இத்தாலி, ஜெர்மனி மற்றும் அமெரிக்க அறிவியலார் பல்வேறு விதமான கருவிகளைப் பயன்படுத்தி வந்தனர்.

நிலநடுக்க அதிர்விடமானி, நில அதிர்வுமானி, நிலநடுக்கக் கருவி, நிலநடுக்கப்பதிவு மற்றும் முடுக்கக் கருவி என்பவை யெல்லாம் ஒரே பொருளைக் குறிப்பிடுவதுபோல் தோன்றினாலும், இவற்றினிடையே சிறிய, ஆனால் முக்கியமான வேறுபாடுகள் உள்ளன. நிலநடுக்க அதிர்விடமானி என்ற கருவி மனிதனால் உணரமுடியாத நிலநடுக்கம் (1செ.மீ/வினாடி^{2}க்குக் குறைவான முடுக்கம்) ஏற்பட்டால் அதை அறிவிக்கும். சேங் ஹெங்கின்

அளக்கும் கருவிகள்

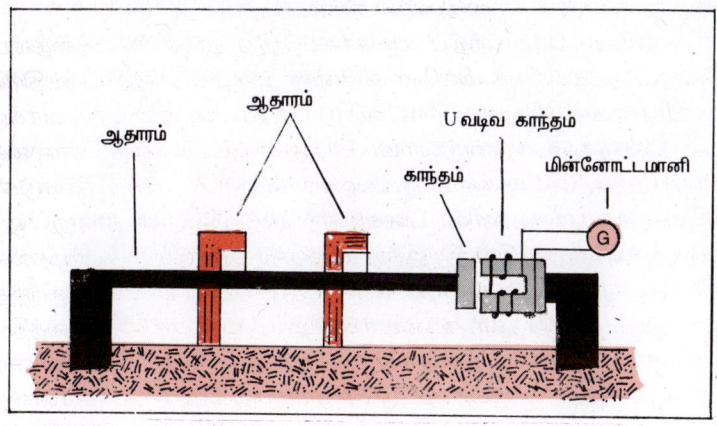

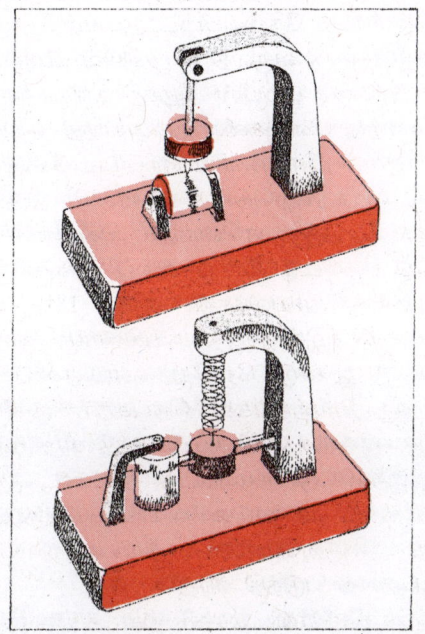

படம் 15: மேலேயுள்ள படத்தில் காணப்படுவது பெனியாஃப் கண்டுபிடித்த நில அதிர்வுமானி. நடுவிலுள்ள நிலநடுக்கக் கருவி கிடைநிலையில் வரும் அதிர்வுகளைப் பதிவு செய்கிறது. கீழேயுள்ள படத்திலுள்ள நிலநடுக்கக் கருவி செங்குத்து நிலையில் வரும் அதிர்வுகளைப் பதிவு செய்யும். இரண்டிலும் தொங்கவிடப்பட்ட கனமான ஊசற்குண்டு அசையாமலிருக்க, கருவியின் மற்ற பாகங்கள் நிலநடுக்கத்தினால் அதிர்வடைகின்றன. ஊசற்குண்டுடன் இணைக்கப் பட்ட எழுதுகோல் நகர்ந்து செல்லும் தாளில் வரைகிறது.

'நெருப்பு உமிழும் விலங்கும் தவளையும்', ஒல்டுஹாமின் 'வண்ண நீர்கொண்ட பாத்திரம்', அமெரிக்கரின் 'தொங்கும் கத்தியும் வாளும்' மற்றும் வீட்டில் 'தொங்கும் விளக்கு' ஆகிய யாவும் நிலநடுக்க அதிர்விடமானிகளாகும்.

நிலநடுக்கக் கருவி என்பது நிலநடுக்கத்தைப் பதிவு செய்யும் கருவியாகும் (படம் 12 b). பதிவு செய்யப்பட்ட நிலநடுக்கத்தை நிலநடுக்கப் பதிவு என்று அழைக்கிறோம். இதயத் துடிப்பைப் பதிவு செய்யும் கருவிக்கும் இந்த நிலநடுக்கக் கருவிக்கும் ஒற்றுமை யுள்ளது. முன்னது மனிதர்களின் இதயத் துடிப்பைப் பதிவு செய்கிறது. மற்றது பூமியின் நடுக்கத்தைப் பதிவு செய்கிறது. பதிவு செய்யப்பட்டவை இதயத்துடிப்புப் பதிவு என்றும் நிலநடுக்கப் பதிவு என்றும் சொல்லப்படுகின்றன. மில்னேயின் கருவியும் அதிலிருந்து மாற்றங்கள் செய்யப்பட்ட கருவிகளும் நிலநடுக்கக் கருவிகளாகும் (படம் 15 b).

அதிர்வுமானி (படம் 15 a) என்பது நிலநடுக்க அதிர்விட மானிக்கும் நிலநடுக்கக் கருவிக்கும் இடைப்பட்டதாகும். இக் கருவியின் அசைவுகள் ஏற்கனவே அறியப்பட்ட நிலநடுக்கங்களின் அளவைக் கொண்டு வரையறுக்கப்பட்டுள்ளன. ஓல்டுஹாமின் வரிசையான மர உருளைகள் நில அதிர்வுமானியாகும்.

பெனியாஃப் என்பவரின் நில அதிர்வுமானி கீழ்க்கண்ட முறையில் இயங்குகிறது. A, B என்ற இரு தூண்கள் சுமார் 20 மீ தூரத்தில் நிறுவப்பட்டுள்ளன. ஒரு கிடையான பாளம் A யிலிருந்து Bக்குச் செல்லுமாறு வைக்கப்பட்டுள்ளது. அப்பாளத்தின் ஒரு முனை Aயுடன் இணைக்கப்பட்டும், மறுமுனை Bயிலிருந்து சிறு இடைவெளிவிட்டும் உள்ளது. Bக்கு அருகேயுள்ள முனையில் ஒரு காந்தம் இணைக்கப்பட்டுள்ளது. ஒரு மின்காந்தம் B என்ற தூணோடு இணைக்கப்பட்டு, மின்காந்த அலைகள் Bக்கும் பாளத்துக்குமிடையே உள்ள இடைவெளியில் வருமாறு அமைக்கப் பட்டுள்ளது. மின்காந்தத்தின் கம்பிச்சுருளில் உண்டாகும் மின்னோட்டத்தை அளப்பதற்காக ஒரு மின்னோட்டமானியும் இணைக்கப்பட்டுள்ளது. நிலநடுக்கம் வரும்போது பாளத்தின் முனையில் இணைக்கப்பட்ட காந்தம் அதிர்வடைவதால் மின் காந்தத்தின் கம்பிச் சுருளில் ஏற்படும் மின்னோட்டத்தைக் காணமுடியும்.

முடுக்கக் கருவி என்பது இதுவரை விவரிக்கப்பட்ட எல்லாக் கருவிகளினின்றும் வேறுபட்டதாகும். இது நிலநடுக்கம் அல்லது வேறு காரணத்தினால் ஓரிடத்தில் உண்டாகும் அதிர்வின்

அளவையும் அதன் போக்கையும் அளக்கும் கருவியாகும். மிகப் பெரிய நிலநடுக்கத்தின்போது நிலம் சுமார் 30 செ.மீ. வரை ஏறியிறங்கலாம். நிலநடுக்க அலைகளின் அலைநீளம் சுமார் 10 மீட்டர் வரை இருக்கலாம். நிலநடுக்கம் சுமார் 10 வினாடிகள் வரை நீடிக்கலாம் (சிலி நாட்டில் ஏற்பட்ட நிலநடுக்கம்) 1/600 செ.மீ வரையான அதிர்வை உட்கார்ந்து கொண்டிருக்கும்போதோ அல்லது அசையாமல் நின்றுகொண்டிருக்கும்போதோ உணர முடியும்.

நிலநடுக்கக் கருவி பொறியியலாருக்கு அவ்வளவு பயன்படுவ தில்லை. ஏனெனில், நிலநடுக்க ஆய்வாளர் மிகச் சிறிய நிலநடுக்கங் களையும், நிலநடுக்கத்தின் முன்னும் பின்னும் ஏற்படும் அதிர்ச்சி களையும் பதிவு செய்வர். ஆகவே அவர்களுக்கு அதிர்வுகளைப் பெரிதாக்கி மிக நுண்ணிய மாறுபாடுகளையும் பதிவு செய்யக் கூடிய கருவிகள் தேவை. இத்தகைய கருவிகள் மிகப் பெரிய நிலநடுக்கம் வரும்போது அளவுக்கதிகமான அதிர்வினால் பழுதடையும் வாய்ப்புண்டு. பொறியியலார் பெரிய நிலநடுக்கத்தில் கவனம் செலுத்துவர். ஆகவே அவ்ர்களுக்குப் பெரிய நிலநடுக் கத்தைப் பதிவு செய்யக் கூடிய கருவியில் அதிக நாட்டம் உண்டு. மேலும், நிலநடுக்க ஆய்வகத்தில் நிலநடுக்கக் கருவியை உறுதியான அடிநிலப் பாறையின் மேல்நிறுவியிருப்பர். ஏனெனில் அறிவியலார் முதலிலிருந்தே பூமியின் உள்ளமைப்பை ஆய்வதில் மிக்க ஆர்வ முடையவராவர். இதற்கு எதிர்மறையாக, பொறியியலார் அடிநிலப் பாறையின் மேலுள்ள நில அடுக்குகளிலும், அதன்மேல் நிறுவப் பட்ட கட்டிடங்களிலும் நிலநடுக்கத்தினால் எந்த அளவு அதிர்வு ஏற்படுகின்றதென்பதில் அதிக ஆர்வமுடையவராவர். இறுதியாக, நிலநடுக்க ஆய்வாளர் நிலநடுக்க அலைகள் வந்துசேரும் நேரத்தைத் துல்லியமாகக் கண்டு அவ்வலைகளின் வேகத்தைக் கணிப்பர். ஆனால் பொறியியலாருக்கு நில அதிர்வுபற்றி ஆய்வு செய்யும் போது நிலநடுக்கம் வந்த நேரம் அவ்வளவு துல்லியமாகத் தெரிய வேண்டியதில்லை.

நிலநடுக்கக் கருவி பூமியின் அதிர்வைப் பதிவுசெய்யும் கருவி யாகும். ஆகவே அதற்கு உறுதியாக அமைக்கப்பட்ட ஒரு குறியீடு தேவையாகும். அக்குறியீட்டை அடிப்படையாகக் கொண்டு நில அதிர்வு பதிவு செய்யப்படும். மிக எளிதான, ஆனால் மிகப் பயனுள்ள குறியிடு ஊசற்குண்டாகும். ஊசற்குண்டு என்று கூறினால் உடனே நினைவுக்கு வருவது தாத்தா காலத்துக் கடியாரத்தில் அசைந்து ஆடும் ஊசற்குண்டாகும். எந்த ஒரு

கனமான பொருளையும் ஒருமுனையில் கீழ்பொருத்தப்பட்டு மற்றமுனை தொங்கவிடப்பட்டு ஆடினால் அதை ஊசற்குண்டு எனலாம். குழந்தைகள் ஆடி விளையாடும் ஊஞ்சலும், வீடுகட்டும் கொத்தன் பயன்படுத்தும் தூக்குநூலும் இவ்வகையைச் சேர்ந்தவை. கடிகார ஊசற்குண்டு நேரத்தை அளப்பதுபோல், நிலநடுக்கக் கருவியின் ஊசற்குண்டு நில நடுக்கத்தை அளக்கிறது. இது சடத்துவக் கொள்கைப்படி அமைக்கப்பட்டுள்ளது. சடத்துவக் கொள்கை என்பது ஒரு பொருள் தன்னைத் தள்ளிவிட்டாலொழிய அது அசையாமல் ஓரிடத்திலேயே இருக்கும் என்பதாகும். ஒரு மனிதன் ரயில் வண்டிக்குள்ளே எதையும் பிடிக்காமல் நின்று கொண்டு இருப்பதாக வைத்துக் கொள்வோம். திடீரென்று ரயில் வண்டி கிளம்பினால் அவன் தன்னையறியாமலேயே ஊசற்குண்டுபோல சாயக்கூடும். ரயில்வண்டி கிளம்பும்போது அவன் பாதங்கள் ரயில் வண்டியோடு சேர்ந்து நகர்கின்றன. ஆனால் அவன்தலை அசையாமல் அதே இடத்தில் இருக்கிறது. ஆகவே அம்மனிதன் தடுமாறிச் சாய்ந்து விடுகிறான். தான் கீழே விழாமலிருப்பதற்காக ஏதாவது ஆதாரத்தைப் பிடித்துக் கொள்கிறான்.

தலைகீழ் ஊசற்குண்டு

நிலநடுக்கக் கருவியில் ஊசற்குண்டு தலைகீழாக அமைக்கப்பட் டுள்ளது. நில நடுக்க அலைகள் வரும்போது ஊசற்குண்டின் கீழ் பொருத்தப்பட்ட முனை பூமியோடு சேர்ந்து அசைய, அதன் மறு முனை அசையாமலிருக்கிறது. ஆனால் நமக்கு இணைக்கப்படாத முனை அசைவதுபோல் தோன்றுகிறது. அம்முனையில் ஒரு எழுது கோல் இணைக்கப்பட்டால் அது ஒரு தாளின்மீது அசைந்து வரையும். ஆக, எளிதாகச் சொன்னால், நிலநடுக்கக் கருவி செய்வ தற்குத் தேவையான பொருட்கள்—ஊசற்குண்டு, எழுதுகோல் மற்றும் தாள்போன்று ஒரு பதிவு செய்யும் பரப்பு. ஆனால், இக்கருவியைச் செய்வது அவ்வளவு எளிதல்ல. இதிலுள்ள கட்டுப்பாடுகளை எண்ணிப்பாருங்கள். நிலநடுக்கம் சில வினாடி களில் வந்துபோய்விடுகின்றது. பல சமயங்களில் நம்மால் உணரமுடியாத அளவுக்கு அதிர்வின்பலம் குறைவாக உள்ளது. ஆனால் இவற்றைவிடக் கடினமான செய்தி என்னவென்றால், பூமி, ஊசற்குண்டு இரண்டுமே ஊசலாடும் அசைவுடையவை யாகும். பூமியின் அதிர்வு சல்லடையைக் குலுக்குவது போன்றது. நமக்கு பூமியின் அதிர்வை மட்டுமே பதிவு செய்யவேண்டும்.

அளக்கும் கருவிகள்

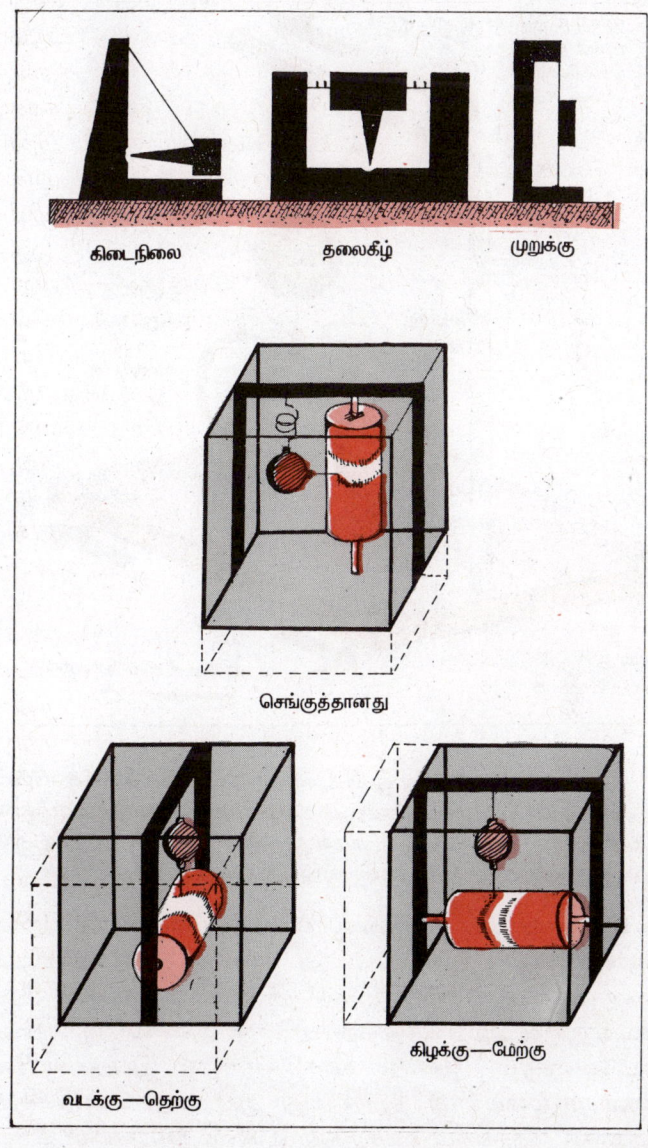

படம் 16: நிலநடுக்கக் கருவியில் பயன்படுத்தப்படும் பலவிதமான ஊசற் குண்டுகள் மேலேயுள்ள படத்தில் காணப்படுகின்றன. கீழேயுள்ள படங ்களில் நிலநடுக்கக் கருவிகள் இயங்கும் தத்துவம் விளக்கப்பட்டுள்ளது. அசைவின் திசை புள்ளிகளாலான கோடுகளால் காட்டப்பட்டுள்ளது.

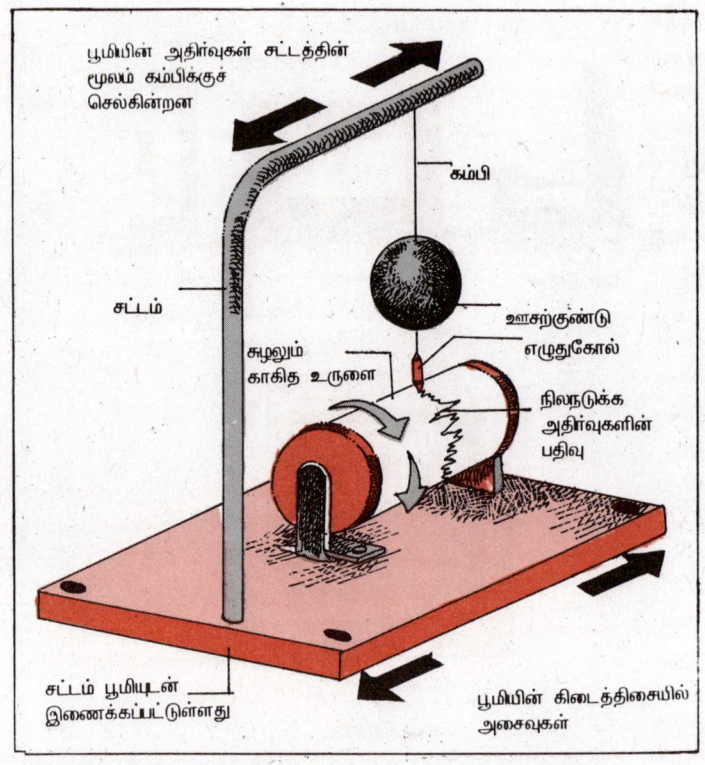

படம் 17: நிலநடுக்கத்தின்போது பூமியுடன் உறுதியாக இணைக்கப்பட்ட நிலநடுக்கக் கருவி முன்னும் பின்னும் அசைகிறது. ஊசற்குண்டுடன் இணைக்கப்பட்ட எழுதுகோல், சுழன்று கொண்டிருக்கும் உருளை யின்மேல் சுற்றியுள்ள தாளின்மேல் அதிர்வுகளைப் பதிவு செய்கிறது.

ஆகவே ஊசற்குண்டின் இயற்கையான அதிர்வை முடிந்த அளவு நீக்கவேண்டும். பூமி அசையும்போது அசைந்த ஊசற்குண்டின் மறுமுனை உடனே பழைய நிலைக்குத் திரும்பி பூமியின் மற்ற திசையில் ஏற்படும் அசைவுக்கு ஏற்றாற்போல் அசைவதற்கு ஆயத்த மாகிவிடவேண்டும். ஆனால் ஊசற்குண்டின் இயற்கையான அசைவை முழுமையாக நிறுத்துவது முடியாத செயலாகும். செங்குத்தாகத் தொங்கும் ஊசற்குண்டு கிடைத்திசையில் வரும் நிலநடுக்க அலைகளுக்கேற்றாற்போல் மிக நன்றாக அசையும். ஆனால் நிலநடுக்க அலைகள் எல்லாத் திசைகளிலிருந்தும்

வருபவை. ஆகவே, அவற்றையெல்லாம் பதிவு செய்ய மூன்று ஊசற்குண்டுகள் தேவை. கிடைநிலையில் ஒன்றுக்கொன்று செங்கோண நிலையில் வரும் அலைகளுக்காக இரு செங்குத்தான ஊசற்குண்டுகளும், செங்குத்தான நிலையில் வரும் அலைகளுக்காக ஒரு கிடைநிலையான ஊசற்குண்டும் அமைக்கப்படவேண்டும். இதுபோன்று அமைக்கப்பட்ட (படம் 16) மூன்று ஊசற்குண்டு களைக் கொண்டு எல்லாத் திசைகளிலிருந்தும் வரும் நிலநடுக்க அலைகளைப் பதிவு செய்யலாம்.

பதிவு செய்யும் தாள் ஒரு மணிப்பொறியாகும். ஒரு சீரான வேகத்தில் சுழன்று கொண்டுள்ள நீள் உருளையின்மேல் இணைக்கப்பட்ட தாளின்மேல் நேர அளவுகள் குறிக்கப்பட் டுள்ளன. எழுதுகோல் அத்தாளின்மேல் தொட்டுக் கொண்டிருக் கிறது (படம் 17). எழுதுகோல் ஊசற்குண்டுடன் இணைக்கப்பட் டுள்து. தாள் செல்லும் வேகம் நிமிடத்துக்கு 1 முதல் 6 செ.மீ. ஆகும். நிலநடுக்கத்தின் போது எழுதுகோல் தாளின்மீது பூமியின் அசைவுகளை வரைகிறது. மின்காந்தம், மின்னணு மற்றும் ஒளியியல் கோட்பாடுகளின்படி அமைக்கப்பட்ட பல்வேறு கருவி களின் உதவியால் நிலநடுக்கக் கருவிகள் மிகவும் நுண்ணியதாகவும், துல்லியமாகப் பதிவு செய்வதாகவும் அமைக்கப்பட்டுள்ளன.

நிலநடுக்கம் ஏற்படும் இடத்தைப் பூமியினடியே உள்ள ஒரு புள்ளியாகக் கருதலாமென்று 1850ம் ஆண்டு மாலே தெரிவித்தார். அவ்விடத்தைக் குவிமையம் என்று குறிப்பிட்டார். குவிமையத்தின் நேர்மேலே பூமியின் மேற்பரப்பில் உள்ள புள்ளியை நிலநடுக்க முனை (படம் 18) என்று அழைத்தார். நிலநடுக்கங்களின் குவி மையங்கள் 300 கி.மீ. ஆழத்துக்கும் அதிகமாக இருக்கலாம். குவி மையத்தின் ஆழத்தை வைத்து ஆழமான நிலநடுக்கம் (300 கி.மீக்கு அதிகமான ஆழம்), இடைப்பட்ட நிலநடுக்கம் (70 முதல் 300 கி.மீ. ஆழம்) மற்றும் மேலோட்டமான நிலநடுக்கம் (70 கி.மீ.க்குக் குறைவான ஆழம்) எனக் கூறலாம்.

நிலநடுக்கம் பூமிக்கடியிலுள்ள ஒரு புள்ளியிலிருந்து கிளம்பு கிறது என்ற கருத்து 1906 வரை இருந்தது. அதன்பிறகு நூற்றுக் கணக்கான கி.மீ. நீளமான பாறை இடைமுறிவில் ஏற்படும் இடப்பெயர்ச்சியால் நிலநடுக்கம் உண்டாக முடியுமென்று அறியப்பட்டது. வடஅமெரிக்காவிலுள்ள சான் ஆன்டிரியாஸ் என்ற பாறை இடைமுறிவில் இவ்வகையான நிலநடுக்கம் ஏற்பட்டது. நிலநடுக்கம் ஓரிடத்திலிருந்து கிளம்புவதால் குவிமையம் பற்றிய கருத்து சரியானதேயாகும். திருத்தமான நிலநடுக்கக்

கருவிகள் கண்டுபிடிப்பதற்கு முன் மிகச் சேதமடைந்த பரப்பின் மையம் நிலநடுக்க முனையாகக் கொள்ளப்பட்டது. ஆனால் சில நிலநடுக்கங்களில் நிலநடுக்க முனை அதிகமாகச் சேதமடைந்த பரப்பின் விளிம்பிலோ அல்லது அதற்கு வெளியிலோ இருக்கலாம். ஏனெனில், சிதைவு, நிலநடுக்க முனையிலிருந்து உள்ள தூரத்தை மட்டும் பொருத்ததல்ல. மற்றும் சில காரணங்கள் உண்டு. நீண்ட பாறை இடைமுறிவில் ஏற்பட்ட மொத்த இடப்பெயர்ச்சி,

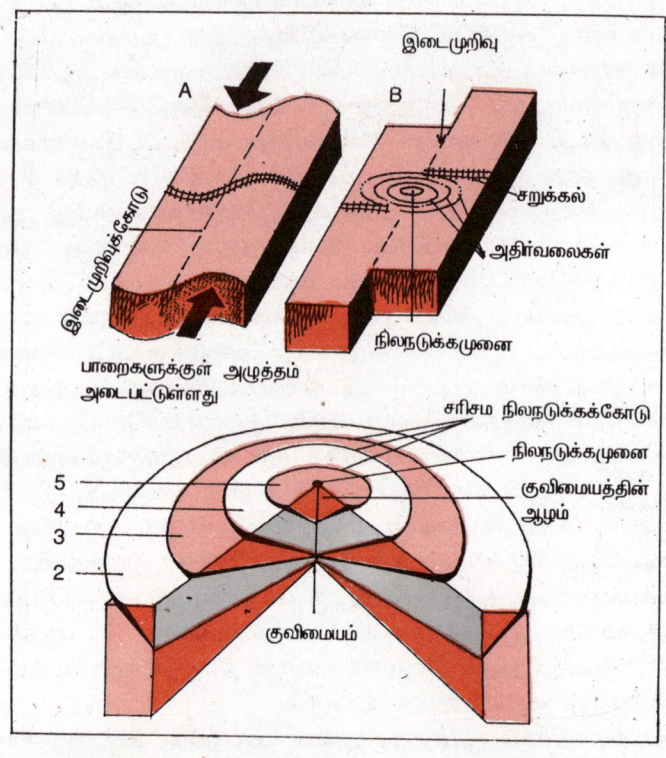

படம் 18: பூமிக்கடியில் ஆழத்திலுள்ள குவிமையத்திலிருந்து நிலநடுக்க அலைகள் கிளம்புகின்றன. குவிமையத்துக்கு நேர்மேலே பூமியின் மேற்பரப்பிலுள்ள இடமாகிய நிலநடுக்க முனையைச் சுற்றி அதிகமான சேதம் ஏற்படுகிறது. நிலநடுக்க முனையிலிருந்து தூரமாகச் செல்லச் செல்ல, நிலநடுக்கத்தின் கடுமை குறைந்து கொண்டே போகும். சரிசம நிலநடுக்கக்கோடு ஒரேசீரான நிலநடுக்கச் செறிவுள்ள இடங்களை இணைக்கும் கோடாகும். இது நிலநடுக்கம் ஏற்பட்ட இடங்களில் சேதத்தை அளவிட்டு மாற்றப்பட்ட மெர்க்காலி அளவைக் கொண்டு உருவாக்கப்படுகிறது.

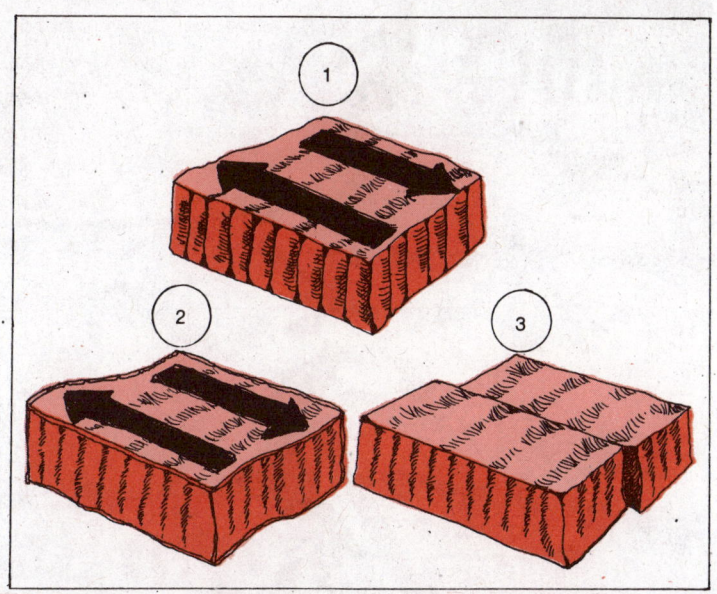

படம் 19அ: இடைமுறிவுக்கு இருபக்கங்களிலும் உள்ள பூமியின் பகுதிகள், பாறைகளில் அழுத்தம் அதிகமாகி உடையும் அளவுக்கு ஆகும்வரை நகர முடியாது. பாறைகள் இடைமுறிவில் உடைந்து நொடிக்கும்போது நிலநடுக்க அலைகள் உண்டாகின்றன. சான் ஆண்டிரியாஸ் இடை முறிவுனூடே (இரு தட்டுக்களினிடையே) மேற்கில் பசிபிக் பக்கத்தில் உள்ள பகுதி வடக்கு நோக்கியும், கிழக்கே நிலத்தின் பக்கமுள்ள பகுதி தெற்கு நோக்கியும் நகர்கின்றன. ஒன்றுக்கொன்று சுமார் ஆண்டுக்கு 5 செ. மீ. நகர்கின்றன. இடைமுறிவின் ஒரு பக்கத்தில் நின்றுகொண்டு இடைமுறிவின் குறுக்காகப் பார்த்தால், எதிரேயுள்ள பகுதி வலது பக்கமாக நகர்ந்துள்ளதுபோலத் தெரியும். இதுபோன்ற இடைமுறிவு நகர்ந்துள்ளதை மண்ணியலார் 'வலது- பக்கவாட்டிலான சறுக்கல்' என்பர். (காண்க: படம் 31 அ)

கட்டிடங்களின் அஸ்திவாரத்தின் நிலைமை மற்றும் கட்டிடங் களின் அமைப்பு ஆகியவற்றைப் பொறுத்தது. அறிவியல்பூர்வமாக, கருவிகளின் உதவியால் கணிக்கப்படும் நிலநடுக்க முனை மிகவும் துல்லியமானது. மற்ற முறைகளில் கணிக்கப்படுவது தோராய மானது. கருவிகளால் நிலநடுக்க முனையைக் கணிப்பதற்குக் குறைந்தபட்சம் மூன்று கருவிகள் தேவை. அவை, சிதைவு ஏற்பட்ட பரப்பைச் சுற்றி முக்கோண வடிவத்தில் அமைந்திருக்கவேண்டும். நிலநடுக்க அலைகள் கடந்து வந்த தூரத்தை P. S அலைகள் வந்து

படம் 19 ஆ: சான் ஆண்டிரியாஸ் இடைமுறிவினூடே உள்ள இடப் பெயர்ச்சி இப்படத்தில் உள்ளதுபோல் காணப்படுகிறது.

சேர்ந்த நேரங்களின் வித்தியாசத்திலிருந்தும், அலைகள் பாறைகளில் பயணம் செய்யும் வேகத்திலிருந்தும் கணக்கிடலாம் (படம் 20அ). அலைகள் கடந்து வந்த தூரம் மூன்று கருவிகளி லிருந்து தெரிந்த பின் மற்றவை மிக எளிது. வரைபடத்தில் நிலநடுக்கக் கருவிகள் உள்ள இடத்தைக் குறிப்பிட்டு, ஒவ்வொரு இடத்தையும் மையமாகக் கொண்டு, அலைகள் வந்த தூரத்தை ஆரமாகக் கொண்டு (படம் 20 ஆ) வட்டங்கள் வரைய வேண்டும். மூன்று வட்டங்களும் சந்திக்கும் இடத்தில் நிலநடுக்க முனை அமைந்திருக்கும். மூன்று வட்டங்களும் சந்திக்கும் இடம் ஒரு

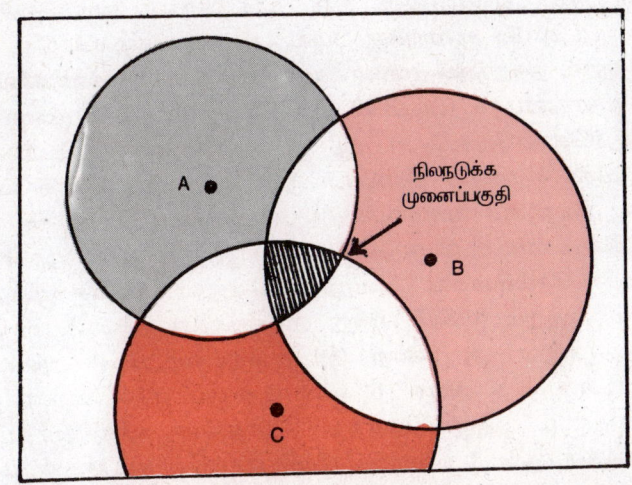

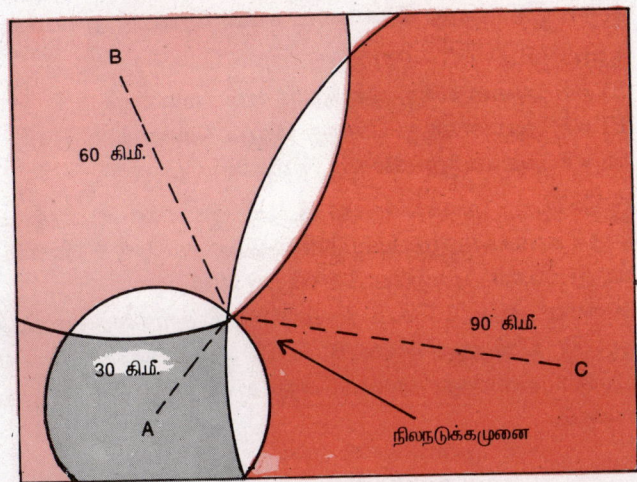

படம் 20: நிலநடுக்க அலைகள் ஒரு இடத்தைக் கடந்து செல்லும் தூரத்தை நிலநடுக்கக் கருவியிலிருந்து (படம் 12) கிடைக்கும் P மற்றும் S அலைகள் வந்து சேரும் நேரத்திலிருந்து கணக்கிடலாம். இத்தூரத்தை ஆரமாகக் கொண்டு நிலநடுக்கக்கருவி நிலையத்தைச் சுற்றி வட்டம் வரைய வேண்டும். இதுபோன்ற வட்டங்கள் வெட்டும் இடம் நிலநடுக்க முனையாகும். முக்கோண வடிவத்தில் அமைந்துள்ள மூன்று நிலநடுக்கக் கருவி நிலையங்கள் தேவையாகும். மூன்று வட்டங்கள் வெட்டும் இடம் முக்கோணமாக இருந்தால் அதன் மையத்தை நிலநடுக்க முனையாகக் கொள்ளலாம்.

புள்ளியாக அல்லாமல் சிறு முக்கோண வடிவத்திலும் காணப்படலாம். மூன்றுக்கு மேல் பல கருவிகளைக் கொண்டு கணித்தால் நிலநடுக்க முனையைத் துல்லியமாகக் கணிக்கலாம்.

உதாரணமாக, (படம் 20ஆ) EP என்ற நிலநடுக்க முனையை எடுத்துக்கொள்வோம். அ, ஆ, இ, என்ற மூன்று இடங்களில் நிலநடுக்கக் கருவிகள் நிறுவப்பட்டுள்ளன என்று கொள்வோம். அவை நிலநடுக்க முனையிலிருந்து முறையே 30, 60, 90 கி.மீ. தூரத்தில் உள்ளன. நிலநடுக்கத்தின்போது P மற்றும் S அலைகள் கிளம்பிச் செல்கின்றன. அவற்றின்வேகம் வினாடிக்கு முறையே 10 கி.மீ, மற்றும் 5 கி.மீ என்று எடுத்துக்கொள்வோம். 30 கி.மீ. தூரத்திலுள்ள அ என்ற இடத்தையடைய P அலை 3 வினாடிகளும், S அலை 6 வினாடிகளும் எடுக்கின்றன. இரு அலைகளும் வந்து சேர்ந்த நேரத்தின் வித்தியாசம் 3 வினாடிகளாகும். 3 வினாடி வித்தியாசத்தில் கடந்த தூரம் 30 கி.மீ. என்றால் ஒரு வினாடி வித்தியாசத்தில் கடக்கும் தூரம் 10 கி.மீ. ஆகும். இதிலிருந்து கீழ்க்கண்ட சமன் தொடர் அமைக்கலாம்.

தூரம் (கி.மீ) (ST—PT) X PS
ST = S அலை வந்து சேர்ந்த நேரம் (வினாடி)
PT = P அலை வந்து சேர்ந்த நேரம் (வினாடி)
PS = P அலையின் வேகம் (கி.மீ/வினாடி)

இதிலிருந்து அலைகள் அ, இ, ஆ இடங்களை வந்தடைந்த தூரத்தைக் கணக்கிட முடியும். நேரவித்தியாசம் 3, 6, 9 வினாடிகள். ஆகவே தூரங்கள் முறையே 30, 60, 90 கி.மீ.

வரைபடத்தில் 1 செ.மீ. நீளம் 10 கி.மீ. தூரத்தைக் குறித்தால் அ, ஆ, இ, யிலிருந்து 3, 6, 9 செ.மீ. ஆரங்களைக் கொண்ட வட்டங்கள் வரைந்து அவை சந்திக்கும் இடத்தைக் கண்டு பிடிக்கலாம்.

4
நிலநடுக்க மண்டலங்கள்

உலக வரைபடத்திலிருந்து (படம் 21) நிலநடுக்கங்கள் பல நாடு களிலும் பரவலாக இருப்பது தெரிகிறது. ஆண்டொன்றில் சுமார் பத்துலட்சம் சிறிய அதிர்ச்சிகளும், சுமார் 20 பெரிய நிலநடுக்கங் களும் ஏற்படுகின்றன. நில நடுக்கங்கள் எந்த இடத்திலும் ஏற்பட லாம் என்றாலும் 80 சதவிகிதத்துக்கும் அதிகமான நிலநடுக்கங்கள் உலகப் படத்தில் காட்டியதுபோல் இரு முக்கிய பட்டை போன்ற பகுதிகளில் உண்டாகின்றன. எல்லாப் பெரிய நாடுகளும் தங்கள் நாட்டின் நிலநடுக்க மண்டலங்களின் வரைபடங்களை உருவாக்கி

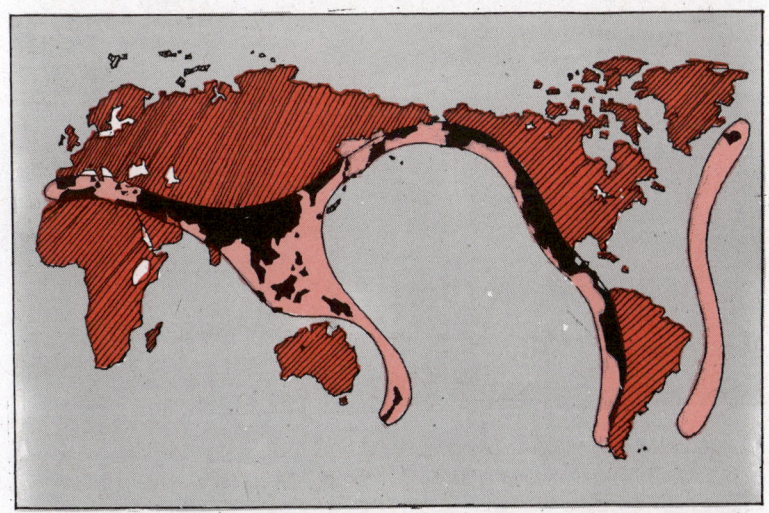

படம் 21: நிலநடுக்கங்கள் எந்த இடத்திலும் ஏற்படலாம். என்றாலும், உலகப்படத்தில் காட்டியுள்ளதுபோல் இருபட்டை போன்ற பகுதிகளில் அதிகமாக உண்டாகின்றன.

வெளியிடுகின்றன. இத்தகைய வரைபடத்தில் ஒரு இடத்தில் ஏற்படக்கூடிய நிலநடுக்கத்தின் அதிகபட்ச அளவை அறிய முடியும். நிலநடுக்க அளவுக்கு ஏற்றாற்போல் அப்பகுதியில் கட்டவிருக்கும் பெரிய அடுக்குமாடிக் கட்டிடங்கள், அணைக் கட்டுகள், அணுமின்நிலையங்கள், பாலங்கள் ஆகியவற்றை

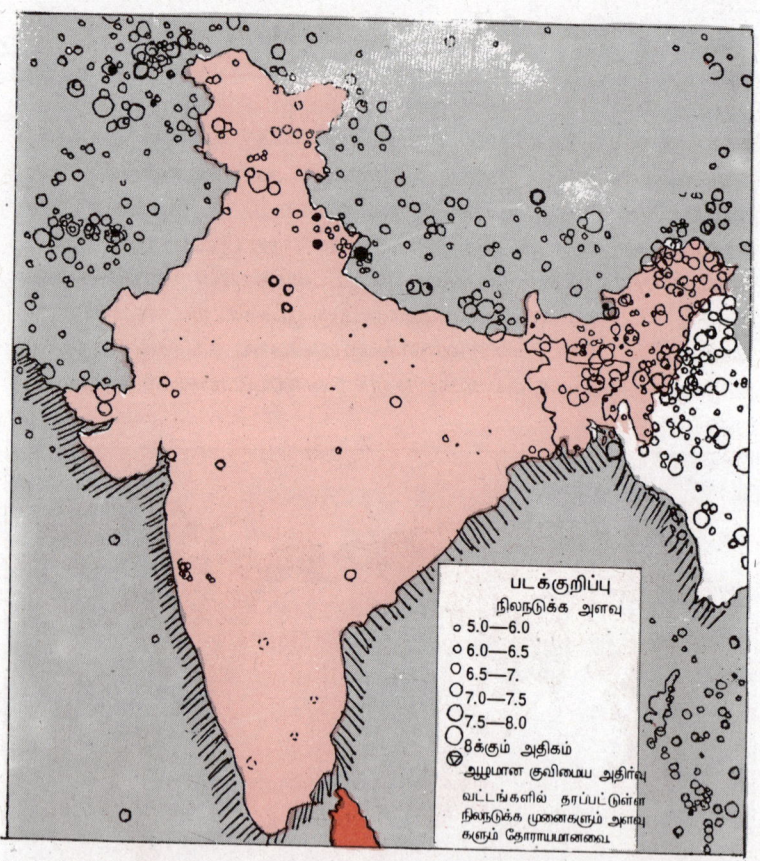

படம் 22அ: நிலநடுக்க முனைகளைக் காட்டும் இந்தியாவின் நிலப்படம் (IS: 1893: 1984). கொய்னா, கில்லாரி நிலநடுக்கங்கள் உண்டானபோதும், தீபகற்ப இந்தியா இமயமலைப்பகுதியைக் காட்டிலும் நிலையானது என்பது அனைவரும் அறிந்ததே. ஆயினும், தீபகற்ப இந்தியாவிலும் பொதுக்கட்டிடங்களையும் மற்ற பெரிய கட்டிடங்களையும் திட்டமிடும் போது இந்தியத்தர அளவு பீரோ அமைப்பின் பரிந்துரையின்படி செய்ய வேண்டும்.

அமைப்பதற்குத் தேவையான பாதுகாப்பு வசதிகளை ஒருங் கிணைத்துச் செய்ய முடிகிறது. நாட்டில் அறிந்த நிலநடுக்க முனைகள், மண்ணியல் அமைப்பு, பாறைவகைகள் மற்றும் நில நடுக்கச் சிதைவுகளிலிருந்து ஆய்ந்தறியப்பட்ட அளவுகளைக் கொண்டு நிலநடுக்க வரைபடம் உருவாக்கப்படுகிறது. ஒருமுறை முடிவுசெய்யப்பட்ட நிலநடுக்க மண்டலங்கள் இறுதியானதல்ல. புதிய நிலநடுக்கத்தின் விபரம் கிடைத்தபின் நிலநடுக்க வரை படத்தில் மாற்றம் செய்ய வேண்டியதிருக்கும் (படம் 22 அ). எதிர்பாராத அளவிலான நிலநடுக்கம் ஓரிடத்தில் ஏற்பட்டால் வரைபடத்தை மாற்றியமைக்க வேண்டும். 1967இல் கொய்னா விலும் 1993இல் கில்லாரியிலும் ஏற்பட்ட நிலநடுக்கங்கள் மண்டல நிலநடுக்க அளவை விடப் பெரியதாக இருந்தன. இந்தியாவில் முதன்முதலாக நிலநடுக்க மண்டலங்களைப் பத்தொன்பதாம் நூற்றாண்டில் அறிமுகப்படுத்தியவர் ஓல்டுஹாம் ஆவார்.

இந்தியத் தர அளவு நிறுவனம் (இப்போது இந்தியத் தரஅளவு பீரோ) முதன்முதலாக 1962இல் உருவாக்கிய நிலநடுக்க வரைபடம் IS: 1893: 1962: "நிலநடுக்கத்தைத் தாங்கக்கூடிய கட்டிடத் திட்ட அமைப்புக்கான பரிந்துரைகள்" என்ற வெளியீட்டில் இணைக்கப் பட்டுள்ளது. இது 1966, 1970, 1975 மற்றும் 1984 ஆண்டுகளில் திருத்தியமைக்கப்பட்டுள்ளது (படம் 22 ஆ). கில்லாரியில் ஏற்பட்ட நிலநடுக்கத்துக்குப் பின் மீண்டும் திருத்தியமைக்கப்பட்டதாகத் தெரிகிறது. அதன் வெளியீடு கூறுகிறது:

> இவ்வரைபடத்தின் நோக்கம் நாட்டிலுள்ள பகுதிகளைப் பல மண்டலங்களாகப் பிரித்து, ஒவ்வொரு மண்டலத்திலும் பிற்காலத்தில் சுமார் ஒரே அளவிலான நிலநடுக்கம் வரக் கூடிய இடங்களை வரையறுப்பதாகும்.
>
> தேவையான போது நிலநடுக்க மண்டலங்கள் மாற்றி யமைக்கப்படுகின்றன. நிலநடுக்கங்கள் பற்றிய விபரங்கள் மிகக் குறைவாகக் கிடைப்பதால் முற்றிலும் அறிவுபூர்வமாக நிலநடுக்க மண்டலங்களை நிர்ணயிப்பது இயலாது. முன் காலத்தில் நிகழ்ந்த நிலநடுக்கங்களின் அளவு முடிந்த அளவு துல்லியமாகக் கணிக்கப்பட்டிருந்தாலும், அவை நிலநடுக்கச் சிதைவுகளின் ஆய்விலிருந்து கணிக்கப்பட்ட அளவாகும். நிலநடுக்கக் கருவிகளின் உதவியால் அவை உறுதிப்படுத்தப் படவில்லை. ஓரிடத்தில் ஏற்படக்கூடிய அதிகபட்ச அளவிலான நிலநடுக்கத்தை நிர்ணயிக்க வேண்டுமென்றால்

44   நிலநடுக்கம்

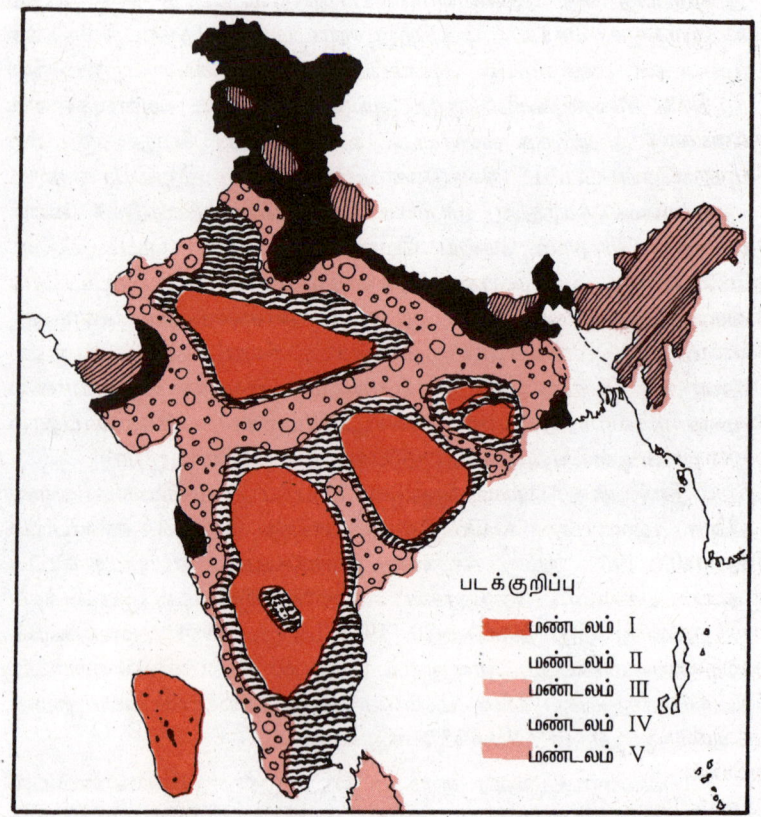

படம் 22 ஆ: நிலநடுக்க முனைகளைக் காட்டும் இந்தியாவின் நிலப்படம் (IS: 1893: 1984). எதிர்காலத்தில் ஒரே அளவிலான நிலநடுக்கம் வரக்கூடிய இடங்களைச் சித்தரிக்கிறது. நிலநடுக்கத்தால் ஏற்படக்கூடிய சேதத்தை ஆய்ந்து கணக்கிடப்படும் நிலநடுக்க அளவு வேறாக இருக்கலாம். இப்படம் அவ்வப்போது மாற்றியமைக்கப்படும்.

கருவிகளால் பதிவு செய்யப்பட்ட நிலநடுக்கங்களைக் கொண்டு நிலநடுக்க மண்டல வரைபடம் உருவாக்கப்பட வேண்டும். ஆகவே, இப்போதுள்ள வரைபடம் ஓரளவு தவறான விபரங்களைக் கொடுக்கலாம். ஏனெனில், (அ) நிலநடுக்க அளவுகளைக் கணிப்பதில் தவறு நேரிடலாம்; (ஆ) நிலநடுக்கச் சிதைவு பற்றிய ஆய்வில் தவறு நேரிடலாம்; மற்றும் (இ) பல்வேறு விதமான கட்டிடங்கள் இருப்பதால்

நிலநடுக்கமண்டலங்கள்

ஒரு நிலநடுக்கத்தின்போது வெவ்வேறு விதமான சிதைவுகள் இருக்கலாம்.

நிலநடுக்கத்தைத் தாங்கக்கூடிய கட்டிடத்தின் அடிப்படைக் குணங்களைப் பரிந்துரை செய்வதற்காகப் பல துறைகளையும் சேர்ந்த உறுப்பினர்களைக் கொண்ட குழு அமைக்கப்பட்டுள்ளது. ஒவ்வொரு நிலநடுக்க மண்டலமும் ஒரு நிலநடுக்கக் குணகத்தைக் (seismic coefficient) குறிக்கிறது. ஒரு மண்டலத்தில் கட்டப்படவேண்டிய கட்டிடங்களைத் திட்டமிடும்போது அந்த மண்டலத்தின் நில நடுக்கக் குணகத்தைக் கணக்கில் கொள்ள வேண்டும். உத்திரப் பிரதேச மாநிலத்தில் கட்டப்பட்டுவரும் தெஹ்ரி அணையின் ஆதரவாளர்களுக்கும் அதை எதிர்ப்பவர்களுக்குமிடையே நிலநடுக்கக் குணகம் அடிபடுகிறது. மாகாராஷ்டிர மாநிலத்தின் கில்லாரியில் நிலநடுக்கம் வந்தபின் சிலர் மும்பை மற்றும் தில்லியில் பெரிய நிலநடுக்கம் வரும் வாய்ப்புள்ளதாகக் கூறினர். ஆனால் எப்போது வரும் என்று குறிப்பிடவில்லை. இதனால், உயரமான கட்டிடங்கள் நிலநடுக்கத்தைத் தாங்குமாறு கட்டப்பட வேண்டுமென்று சட்டம் கொண்டு வரவேண்டுமென வலியுறுத்தப்பட்டு வருகிறது. நிலநடுக்கம் கட்டிடங்களின் அஸ்திவாரம் நிறுவப்பட்டுள்ள நிலத்தில் அதிர்வு உண்டாக்குகிறது. சில வினாடிகளே நிகழும் நிலநடுக்கத்தின் அதிர்வுகளைக் கருவிகளின் உதவியால் அளக்க முடியும். நிலநடுக்கத்தின் முடுக்கு பூமியின் ஈர்ப்பாற்றலின் முடுக்கை வைத்து அதன் அலகில் சொல்லப்படுகிறது. பூமியின் ஈர்ப்பாற்றலின் முடுக்கு என்பது தடையின்றிக் கீழே விழும் ஒரு பொருளின் வேகம் வினாடிக்கு எத்தனை செ.மீ. அதிகமாகிறது என்பதாகும் (981 செ.மீ/வினாடி2). உதாரணமாக, '0.10g' அளவான நிலநடுக்கக் குணகம் பெரிய நிலநடுக்கம் வராத இடத்தில் சிறு அணைக்கட்டுக்கான திட்டத்திற்குப் போதுமானதாகும். இது 98.1 செ.மீ/வினாடி^{2} என்ற முடுக்கிற்கு இணையானது. நிலநடுக்கத்தின்போது எல்லாத் திசைகளிலும் அதிர்வுகள் உண்டானாலும், கிடையான திசையில் அதிர்வுகள் அதிகமாக இருக்கும். திட்டங்கள் அமைப்பதற்காக நிலநடுக்கக் குணகத்தை மூன்று திசைகளில் பிரிக்க வேண்டும். கிடைத்திசையில் ஒன்றோடொன்று செங்குத்தாக இரு திசை களிலும், செங்குத்தான திசையில் ஒரு பிரிவாகவும் பிரிக்க வேண்டும்.

இப்போது நிலநடுக்க முடுக்கம் அணைக்கட்டுகளை எவ்வாறு

பாதிக்கிறது என்று பார்ப்போம். அணைக்கட்டானது தன் பின்னால் தேங்கியுள்ள நீரின் அழுத்தத்தினால் இடம் பெயர்ந்து விடாமலும், கவிழ்ந்துவிடாமலும் நீரின் அழுத்தத்தைத் தாங்கும் படியாக அமைக்கப்படுகிறது. நாளடைவில் நீருடன் வந்துபடியும் வண்டல் மண்ணின் அழுத்தத்தையும் தாங்க வேண்டும். அணையின் அஸ்திவாரம் அணையின் எடையையும், நீர் மற்றும் வண்டலின் அழுத்தத்தையும் தாங்க வேண்டும். நிலநடுக்கத்தின் முடுக்கம் ஏற்கெனவே அணையின் மீதுள்ள அழுத்தத்தை அதிகரிக்கச் செய்கிறது. அணைக்கட்டின் நீளப்போக்கைவிட அதன் குறுக்குத் திசையில் வரும் முடுக்கம் அதிக அழுத்தம் கொடுக்கிறது. ஏனெனில், இத்திசையில் வரும் முடுக்கம் நீர்மற்றும் வண்டல்தரும் அழுத்தத்துடன் சேர்ந்து அதிகரிக்கிறது (படம் 23).

ஆகவே, அணைக்கட்டு பற்றித் திட்டமிடும்போது, எதிர் காலத்தில் ஏற்படக்கூடிய நிலநடுக்கத்தினால் உண்டாகும் அழுத்தங்களைக் கணக்கிட்டுத் திட்டமிடவேண்டும். இதற்காக, அணை கட்டுமிடத்துக்கு ஏற்ற நிலநடுக்கக் குணகத்தைத் தேர்ந்தெடுக்க வேண்டும். பெரிய அணைத்திட்டத்திற்கு இன்னும் பல முறைகளைப் பயன்படுத்துவர். அணைகட்டவேண்டிய இடத்தின் மண்ணியல் விபரங்கள், பாறை இடைமுறிவுகள் அணையிலிருந்து உள்ள தூரம், சுற்றுவட்டாரத்தில் இதுவரை நிகழ்ந்துள்ள நிலநடுக்கங்கள் பற்றிய விபரங்கள் மற்றும் பலவற்றையும் ஆராய்ந்து நிலநடுக்கக் குணகத்தைக் கணிக்கின்றனர்.

இதேபோல், உயர்ந்த கட்டிடங்கள் கட்டுவதற்காகத் திட்டமிடும்போதும் பல விபரங்களை ஆராயவேண்டும். இதில் நீர்மற்றும் வண்டலின் அழுத்தங்கள் இல்லை. கட்டிடத்தின் எடை, காற்று வீச்சினால் கட்டிடத்தின் மீது உண்டாகும் அழுத்தம் மற்றும் நிலநடுக்கக் குணகம் இவற்றைக் கணக்கில் கொள்ளவேண்டும். கட்டிடம் ஒரு குறிப்பிட்ட அளவுக்கதிகமாக அமுங்கிவிடாமலும், கவிழ்ந்துவிடாமலும் இருக்குமாறு அமைக்கப்படவேண்டும். இந்தியத் தர அளவு நிறுவனம் வெளியிட்டுள்ள தொகுப்பில் 87 நகரங்களுக்கான நிலநடுக்கக் குணகங்கள் கொடுக்கப்பட்டுள்ளன. சில பெரிய நகரங்களின் நிலநடுக்கக் குணகங்கள்: பெங்களூர், ஹைதராபாத் (0.01 g); போபால், ஜெய்பூர், சென்னை (0.02 g); அகமதாபாத், புவனேஷ்வர், மும்பை, கொல்கத்தா, லக்னோ, திருவனந்தபுரம் (0.04 g); சண்டிகர், தில்லி, பாட்னா, கேங்டாக், சிம்லா 0.05 g); ஸ்ரீநகர், தேஜ்பூர் (0.08 g).

கற்களைக் குவித்துக் கட்டப்படும் உலகத்திலேயே அதிக

உயரமான தெஹ்ரி அணைக்கட்டு 1949இல் திட்டமிடப் பட்டதாகும். பாகீரதி நதியின் குறுக்கே பிலங்கனா என்ற உபநதி சந்திக்கும் இடத்திலிருந்து நீரோட்டத்திசையில் சுமார் 1.5 கி.மீ. தூரத்தில் உள்ளது. இவ்வணையினால் தேக்கப்படும் நீர்ப்பரப்பு சுமார் 42 சதுர கி.மீ. ஆகும். தேங்கியிருக்கும் நீர் பாகீரதி நதியில் சுமார் 44 கி.மீ. தூரமும் பிலங்கனாவில் சுமார் 25 கி.மீ. தூரமும் பரவி நிற்கும். 2.87 மில்லியன் ஏக்கர் அடி நீர் தேங்கியிருக்கும். தெஹ்ரி நகரமும் மற்றும் 92 கிராமங்களும் நீரில் மூழ்கிவிடும்.

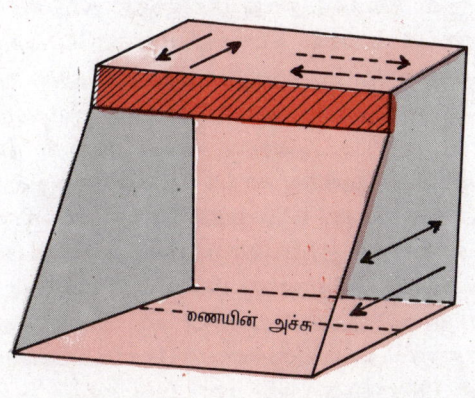

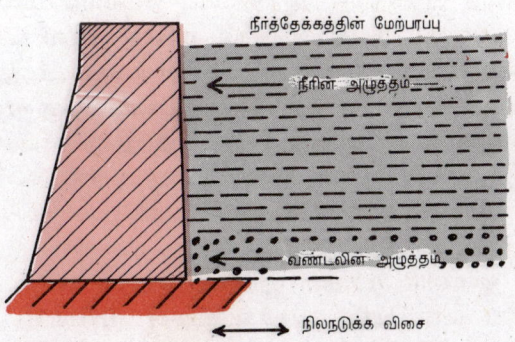

படம் 23 அ: அணைக்கட்டின் நீளப்போக்கில் வரும் நிலநடுக்க விசையை விடவும் அதன் குறுக்குத்திசையில் வரும் விசை அதிகமான அழுத்தம் கொடுக்கும். ஏனெனில், குறுக்குத் திசையில் வரும் விசை தண்ணீர் மற்றும் வண்டல் தரும் அழுத்தத்துடன் சேர்ந்து விடுகிறது. 23 ஆ: அணைக்கட்டின் அச்சு காகிதத்தின் தளத்துக்குச் செங்குத்தாக உள்ளது.

அணையின் நீளம் 573மீ, உயரம் 250மீ, அடித்தளத்தில் அணையின் அகலம் 1,128 மீ, உச்சியில் 20 மீ.

1961ஆம் ஆண்டு தெஹ்ரி அணைக்கான மண்ணியல் ஆய்வுகள் செய்யப்பட்டு, 1969இல் திட்ட அறிக்கை உருவாக்கப்பட்டது. 1972ஆம் ஆண்டு முதலீடு செய்வதற்கான அனுமதி திட்டக் கமிஷனால் அளிக்கப்பட்டது. திட்ட அறிக்கை உருவாக்கப்பட்ட போது நிலநடுக்கங்கள் பற்றிய விபரங்கள் கிடைக்கவில்லை. கொய்னா அணை திட்டமிடப்பட்டபோது அமெரிக்கத் தர அளவின்படி 0.05 g நிலநடுக்கக் குணகம் ஏற்றுக்கொள்ளப்பட்டது. ஆனால் 1967இல் நிகழ்ந்த நிலநடுக்கத்தைத் தாங்கிய பெருமை அந்த அணையைக் கட்டிய பொறியியலாரையே சேரும். அந்த நிலநடுக்கம், அணைத்திட்டத்துக்குப் பயன்படுத்திய நிலநடுக்கக் குணகத்தைப்போல் பத்துமடங்காக, 0.5g ஆக இருந்தது.

தெஹ்ரி அணை கட்டுவதற்கு முன் ஆற்றின் நீரை வேறு வழியில் திருப்பி விடுவதற்கான சுரங்க வழிகள் 1978இல் தொடங்கி 1986இல் முடிக்கப்பட்டன. 1980 முதல் பொதுமக்களின் கிளர்ச்சியால் நிலநடுக்கத்தைத் தாங்குவதற்கான அமைப்புகளில் பல மாற்றங்கள் செய்யப்பட்டுள்ளன. 1980இல் நியமிக்கப்பட்ட ஒரு நிபுணர் குழு நிலநடுக்கங்கள் பற்றிய விபரங்கள் தேவையான அளவு இல்லாததால் அவ்விபரங்களைச் சேகரிக்க வேண்டுமென்று பரிந்துரைத்தது. 1986இல் சுற்றுச்சூழல் அமைச்சகம் நியமித்த குழு ஒன்று சுமார் 236கோடி ரூபாய் செலவழிந்திருந்த போதிலும், இத்திட்டத்தை இத்தோடு நிறுத்திவிட வேண்டுமென்று பரிந்துரைத்தது. ஆனால் அதே ஆண்டில் ரஷ்யா உதவி செய்வதாக அறிவிக்கவே, மறு பரிசீலனை மேற்கொள்ளப்பட்டது. மத்திய நீர்வளக் குழுத் தலைவரின் கீழ் அமைக்கப்பட்ட ஒரு குழு, ரூர்க்கீ பல்கலைக்கழகத்தின் பரிந்துரையை ஏற்றுக்கொண்டு 0.25g நிலநடுக்கக் குணகமாக நிர்ணயித்தது. மீண்டும் 1990இல் வேறொரு உயர்மட்டக்குழு நிலநடுக்கக் குணகத்தை 0.22g என்று குறைத்தது. இக்கதை இத்துடன் நிற்கிறது.

1993 ஜனவரி மாதம் இந்திய தேசிய கலை மற்றும் பண்பாட்டுப் பாரம்பரிய அறக்கட்டளை (INTACH) நடத்திய ‘இமயமலைப் பகுதியில் நிலநடுக்க அபாயமும், பெரிய அணைக் கட்டுகளும்’ என்ற கருத்தரங்கில் இந்திய மற்றும் வெளிநாட்டு நிபுணர்கள் பங்கேற்றனர். அவர்களில் சிலர் நிலநடுக்கக் குணகம் 1.0g என்று எடுத்துக்கொள்ளப்படவேண்டுமென்றும், அணையின் அடிப்பாகம் இன்னும் அகலமாக வேண்டுமென்றும் கருத்துத்

தெரிவித்தனர். அனால் அப்படிச் செய்வது முடியாத காரியம் ஆகும். ஏனெனில் அணையின் அடிப்பாகத்தை அகலப் படுத்தினால் ஏற்கெனவே கட்டிமுடிக்கப்பட்டுள்ள சுரங்கவழி அடைபட்டுவிடும். இப்போதுள்ள சிக்கல் பாதுகாப்புக்கும் செலவுக்கும் இடையேயுள்ளதாகும். நிலநடுக்கக் குணகத்தை மிகக் குறைந்த அளவே உயர்த்தினாலும், செலவு மிக அதிகமாக உயர்ந்துவிடும். ஆகவே, பாதுகாப்புக்கும் சிக்கனத்துக்கும் பெரிதும் உகந்த குணகம் தேர்ந்தெடுக்கப்படுவதுதான் இப்போதைய வாதத்தின் சிக்கலாகும்.

ஆனால் இதுபோன்ற பல்வேறுபட்ட கருத்துக்களைக் கேட்டு அச்சப்படத் தேவையில்லை. கனடாவில் உள்ள பிரிட்டிஷ் கொலம்பியா பல்கலைக்கழகத்தின் பொதுத் துறைப்பேராசிரியர் டபிள்யூ.டி. லியாம் ஃபின் சொல்வதாவது: தெஹ்ரி அணை போன்ற பெரிய திட்டங்களை வகுக்கும்போது நிலநடுக்கக் குணகம் பற்றி அனைவரும் வாதம் செய்து முடிவெடுக்க வேண்டியது இன்றியமையாதது. அவரது கருத்துப்படி நிலநடுக்கக் குணகம் 0.5g முதல் 1.0gக்கு அதிகமாகவும் இருக்கலாம். ஆனால் 0.5g போதுமானதாக இருக்கும். பேராசிரியர் ஃபின் சொன்ன மற்றொரு முக்கியக் கருத்து:

> எனது அனுபவம் வட அமெரிக்காவில் கிடைத்தது என்பதை முதலில் தெளிவுபடுத்த விரும்புகிறேன். அங்குள்ள சட்ட முறைப்படி, பெரிய அணைகள் கட்டுவதற்கு முன் மக்களின் கருத்து அறிந்துகொள்ளும் நடைமுறை கடுமையாகப் பின்பற்றப்படுகிறது. இதற்குத் துணையாக, திட்டத்தின் எல்லாக் கோணங்களையும் பற்றிய விபரங்கள் தொகுத்து வைக்கப்படுகின்றன. தெஹ்ரி அணை பற்றி இதுபோன்ற விபரங்கள் கிடைக்கவில்லை. ஆகவே நிலநடுக்கக் குணகம் பற்றிய எந்தவொரு தனிப்பட்ட முடிவுக்கும் என்னால் வர இயலாது. (இன்டாக் நடத்திய கருத்தரங்கில் அவர் பேசியது).

தெஹ்ரி அணைபற்றிப் பேசும்போது, 'நிலநடுக்க இடைவெளி' பற்றிச் சிறிது பார்ப்போம். ரூர்க்கி பல்கலைக்கழகத்தின் முன்னாள் பேராசிரியரும், நிலநடுக்க ஆய்வாளருமான கே.என். கத்ரி மற்றும் தேசிய நிலவுலக இயற்பியல் ஆராய்ச்சி நிறுவனத்தின் முன்னாள் இயக்குனரும், இந்தியக் கடல்வளர்ச்சித் துறையின் முன்னாள் செயலாளருமான பேராசிரியர் வி.கே. கௌர் ஆகியோர் இமய மலையில் நிலநடுக்க இடைவெளி பற்றிக் குறிப்பிட்டனர்.

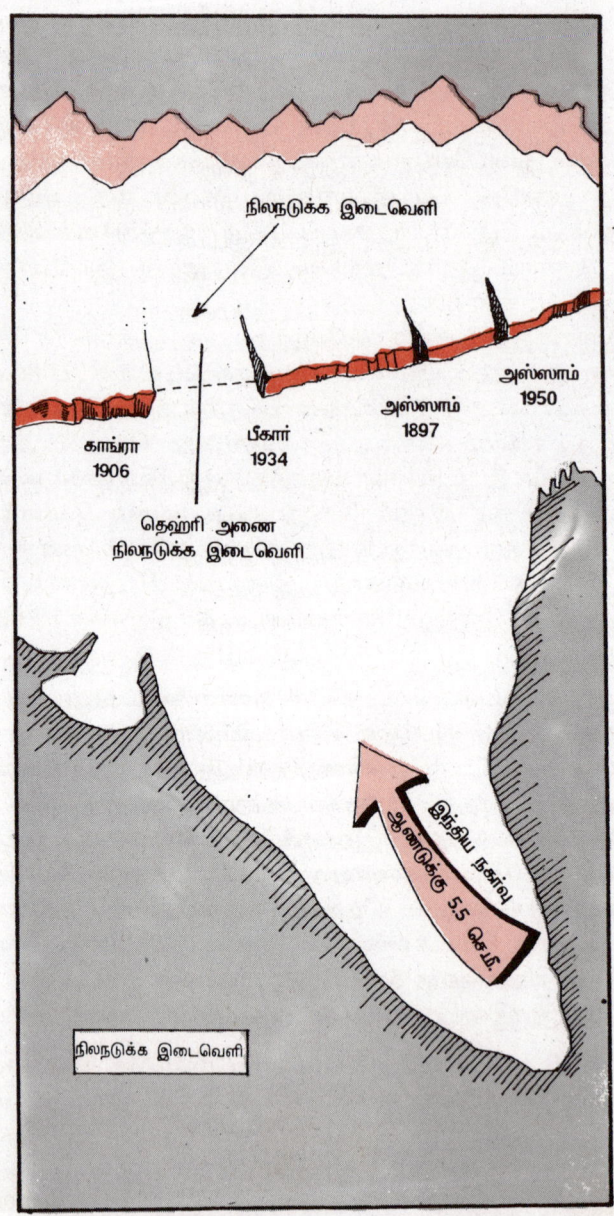

படம் 24: தெஹ்ரி அணை இமயமலையின் நிலநடுக்க இடைவெளியில் அமைந்திருப்பதாக சில அறிவியலார் கருதுகின்றனர்.

நிலநடுக்கமண்டலங்கள் 51

இமயமலைப் பகுதியில் சுமார் 2,400 கி.மீ. நீளமான நிலநடுக்கங்கள் ஏற்படக்கூடிய பாகத்தில் ஏற்பட்ட மூன்று பெரிய நிலநடுக்கங்கள் பற்றிக் குறிப்பிட்டனர். இம்மூன்று நிலநடுக்கங்களைத் தவிர பலநூறு ஆண்டுகளாக வேறு பெரிய நிலநடுக்கங்கள் ஏற்பட வில்லை. ஆகவே, நீண்டகாலமாக நிலநடுக்கங்கள் ஏற்படாத இடங்களில் பெரிய நிலநடுக்கம் வரும் வாய்ப்புகள் அதிகமாகும். தெஹ்ரி அணைக்கட்டு அமைந்துள்ள இடம் ஹரித்துவாரம் முதல் டனக்பூர் வரையுள்ள சுமார் 300 கி.மீ. நீளமான பகுதியாகும். இது இமயமலையில் காணப்பட்ட மூன்று நிலநடுக்க இடை வெளிகளில் ஒன்றாகும் (படம் 24).

சில அறிவியலார் 'இடைவெளி' விதியை இமயமலைப் பகுதியோடு தொடர்புபடுத்துவது சரியா என்று கேள்வி எழுப்பு கின்றனர். ரஷ்ய அறிவியலரான பெடோடோவின் 'இடைவெளி' விதி என்பது, பசிபிக் கடலைச் சுற்றியுள்ள நிலநடுக்கங்கள் அதிகமாக உண்டாகக்கூடிய பகுதியில் பெருங்கடற்தட்டுகள் கண்டத் தட்டுகளுடன் உரசுவதைக் கொண்டு உருவாக்கப்பட்ட தாகும் (படம் 1). மலேசியா, ஜப்பான், ரஷ்யா, அலாஸ்கா ஆகியவை வடகிழக்குத் திசை நோக்கி நகர்கின்றன. தென் அமெரிக்காவின் மேற்குக் கடற்கரை கிழக்கு நோக்கி நகர்கிறது. வட அமெரிக்காவின் மேற்குக் கடற்கரையில் பெருங்கடற்தட்டு கண்டத்தட்டுடன் நகர்கிறது. சான் ஆண்டிரியாஸ் பாறை இடை முறிவில் இடப் பெயர்ச்சி காணப்படுகிறது. ஆனால் இமயமலைப் பகுதியில் இரு கண்டத்தட்டுகள் ஒன்றோடொன்று மோதிக்கொள் கின்றன. ஆகவே இதன் மண்ணியல்தன்மை தனிப்பட்டது. இந்தியக் கண்டத்தட்டு ஆசிய-ஐரோப்பா தட்டின்கீழே தள்ளப் படுகிறது. இது பின்வாங்கு மண்டலம் எனப்படுகிறது.

மலை உருவாக்கம்

மனிதன் பூமியின் வடிவம் மற்றும் அளவு பற்றித் தெரிந்துகொள்ள ஆரம்பித்தது முதல் மலை உருவானது பற்றிய ஆய்வுகள் ஆரம்ப மாகிவிட்டன. கிரேக்க தத்துவஞானியும் கணித மேதையுமான பிதகோரஸ் (கி.மு. 550) ஒரு கப்பல் தூரத்திலிருந்து வருவதைப் பார்க்கும்போது முதலில் அதன் பாய்மரக்கம்பம் தென்படு வதையும், பிறகு சிறிது சிறிதாக அதன் பாய் தென்படுவதையும், கப்பல் அருகில் வந்ததும் அதன் உடற்பகுதி தென்படுவதையும் கண்டார். இதிலிருந்து உலகம் உருண்டையாக இருக்கக் கூடும் என்று கருதினார். அலெக்சாண்டிரியா நகரின் முக்கிய நூலகரான

ஈராடோஸ்தினிஸ் (கி.மு. 276–196) என்பவர் உலகின் சுற்றளவை அளப்பதற்காகப் புதிய முறையை அறிவித்தார். சூரியன் பூமியிலிருந்து வெகுதூரத்திலிருப்பதாலும், பூமியைவிடப் பன்மடங்கு பெரியதாக இருப்பதாலும் அதன் கதிர்கள் இணைவாக இருப்பதாகக் கொள்ளலாம். வெப்பமண்டல வட எல்லைக்கோட்டின் அருகிலுள்ள ஆஸ்வான் என்ற இடத்தில் வெயிற்காலத்தில் பகல் 12 மணிக்கு செங்குத்தாக நிற்கும் கம்பத்தின் நிழல் தரையில் விழுவதில்லை. ஆனால் அங்கிருந்து 500 மைல்கள் (805 கி.மீ) வடக்கேயுள்ள அலெக்சாண்டிரியாவில் அதே நேரத்தில் நிறுத்தப்பட்ட கம்பத்தின் நிழல் சிறிதாக விழுகிறது. இதிலிருந்து கோணவிதிகளின்படி கணக்கிட்டு, பூமியின் சுற்றளவு 24,700 மைல்கள் (40,008 கி.மீ) என்று கூறினார். இது இன்று பூமியின் சுற்றளவாகக் கருதப்படும் 24,902 மைல்களுக்கு (40,075 கி.மீ) மிகவும் நெருங்கியிருப்பது மிக அதிசயமாகும். பூமியின் ஆரம் நிலநடுக் கோட்டின் அருகில் அதிகமாகவும் (6378.4 கி.மீ) துருவங்களில் குறைவாகவும் (6356.9 கி.மீ) உள்ளதாக உறுதிப்படுத்தப்பட்டுள்ளது. ஆகவே, பூமியின் ஈர்ப்புவிசை துருவங்களில் அதிகமாகவும், நிலநடுக்கோட்டை நோக்கி நகரநகரக் குறைந்துகொண்டேயும் வரும். புவியீர்ப்பு விசையைக் காட்டும் வரைபடம் முறையாகத் திட்டமிட்டு புவியீர்ப்பு விசையை அளந்து உருவாக்கப்பட்டுள்ளது. புவியீர்ப்புவிசை ‘g’ யின் அளவு நிலநடுக்கோட்டில் சுமார் 978 செ.மீ./வினாடி^{2} ஆகவும், துருவங்களில் 983 செ.மீ/வினாடி^{2} ஆகவும் அளக்கப்பட்டுள்ளது. ஏதாவது ஒரு இடத்தில் புவியீர்ப்புவிசை மிக அதிகமாகவோ அல்லது மிகக் குறைவாகவோ காணப் பட்டால் அந்த இடத்தில் பூமிக்கடியில் மண்ணியல் சம்பந்தமாக ஏதோ நிகழ்கிறது என்று அறியலாம். பூமியின் அடியிலுள்ள படிவுகளில் மாறுதல் ஏற்படலாம், அல்லது பாறையில் இடை முறிவு ஆரம்பமாகலாம், அல்லது எண்ணெய் மற்றும் கனிமங்கள் ஏதாவது இருக்கலாம். முன்பு ‘g’யின் மதிப்பைக் கணக்கிடுவதற்கு புகழ்பெற்ற சூத்திரமான $T=2\pi\sqrt{1/g}$ அல்லது அதன் மாற்றான, $g = 4\pi^2 n^2 L$ என்ற விதி பயன்படுத்தப்பட்டது. இதில் n என்பது, ஊசற்குண்டு ஒருவினாடியில் எத்தனைமுறை ஊசலாடும் என்ற எண்ணிக்கை; L என்பது ஊசற்குண்டின் நீளம். இவ்வாறு கணக்கிடுவதில் மிகுந்த நேரம் எடுத்ததால் 1935ஆம் ஆண்டு புவியீர்ப்பு அளக்கும் கருவிகள் பயன்படுத்தப்பட்டன. இவற்றைக் கொண்டு சில நிமிடங்களில் புவியீர்ப்பு விசையை அளக்கலாம். இன்று மிகவும் எளிதான, சிறிய அளவிலான, எங்கும் எடுத்துச்

நிலநடுக்கமண்டலங்கள்

செல்லக்கூடிய கருவிகள் கிடைக்கின்றன. ஆங்கிலேய இயற்பியல் வல்லுனர் சர் ஜார்ஜ் ஸ்டோக்ஸ் என்பவர் உலகெங்கும் புவியீர்ப்பு விசையை அளந்து அதிலிருந்து பூமியின் வடிவத்தைக் கணக்கிடலாம் என்று கூறினார் (1849).

பூமியின் மேற்பரப்பில் பிரமிடுகள் போல் அமர்ந்துள்ள மலைகள் பெரிய அளவுடையதாக இருப்பதால் தம்மை நோக்கி நிலஅளவிடும் கருவிகளின் தூக்குநூற்குண்டை ஈர்க்கவல்லது என்று கருதப்பட்டது. தூக்கு நூற்குண்டு என்பது ஈயத்தால் செய்யப்பட்ட குண்டை ஒரு கம்பியிலோ அல்லது நூலிலோ தொங்கவிட்டு, நில அளவிடும் கருவி செங்குத்தாக நிறுத்தப்பட்டுள்ளதை உறுதிப்படுத்துவதற்காகப் பயன்படுவதாகும். வீடுகட்டும் கொத்தன் சுவர் செங்குத்தாக இருக்கிறதா என்று பார்ப்பதற்குப் பயன்படுத்தும் தூக்குநூல் போன்றது. மலையின் பொருண்மையைக் கணக்கிட்டு, தூக்குநூல் செங்குத்து நிலையிலிருந்து எவ்வளவு விலகியிருக்குமென்று கணக்கிட்டு விடலாம். பிரான்ஸ் அறிவியல் கழகம் அனுப்பிய குழுவின் தலைவரான பியர்போகர் என்பவர் ஈக்வடார் நாட்டில் சுற்றுப் பயணம் செய்தபோது சிம்பராசோ என்ற மலைச் சிகரத்தின் வடக்கிலும் தெற்கிலும் புவியீர்ப்புவிசை மிகக் குறைவாக இருப்பதைக் கண்டார்.

இந்திய நில அளவாய்வுத் துறையின் தலைவரான ஜார்ஜ் எவரெஸ்ட் என்பவர் (இவரின் பெயர்தான் உலகின் மிக உயரமான சிகரத்திற்குச் சூட்டப்பட்டுள்ளது) போகரின் ஐயத்தை உறுதிப் படுத்தினார். கல்யாண்பூரில் (இமயமலையிலிருந்து தூரத்திலுள்ள இடம்) இமயமலையை நோக்கியுள்ள தூக்குநூலின் ஈர்ப்பு இமயமலையின் அடிவாரத்திலுள்ள கலீனாவில் காணப்பட்ட ஈர்ப்பைவிடக் குறைவாக இருந்தது. ஆனால் கருவியின்மூலம் அளக்கப்பட்ட தூக்குநூலின் விலகிய அளவு எதிர்பார்த்ததைவிட மிகக் குறைவாக இருந்தது (படம் 25 அ). மலையிலிருந்து தூரமாகப் போகப்போக ஈர்ப்புவிசை குறைந்துகொண்டு செல்லவேண்டும். ஆகவே இரு இடங்களிலும் காணும் ஈர்ப்பின் அளவு வெவ்வேறாக இருக்குமென்பது எதிர்பார்த்ததேயாகும். ஆனால் இந்த இரண்டு அளவுகளின் வித்தியாசம் கோண அளவில் 5 வினாடிகள் மட்டுமேயாகும்.

இமயமலையின் உருவத்திற்கேற்றவாறு பார்த்தால் கல்யாண்பூரில் 12 செகண்ட் மற்றும் கலீனாவில் 28 செகண்ட் என்ற அளவில் புவியீர்ப்பு விசை இருக்கவேண்டுமென்று

ஆர்ச்டெகான் பிராட் என்பவர் கணக்கிட்டார். இந்த அளவுகளின் வித்தியாசம் 16 செகண்ட். இது அங்கு அளக்கப்பட்ட 5 செகண்ட் போல் மூன்று மடங்குக்கும் அதிகமாகும். இதிலிருந்து மலைகள் தமது முழு ஈர்ப்பைச் செயல்படுத்தவில்லையென்று தெரிகிறது. இமயமலையிலிருந்து தூரத்திலுள்ள கல்யாண்பூரில் தூக்குநூற்

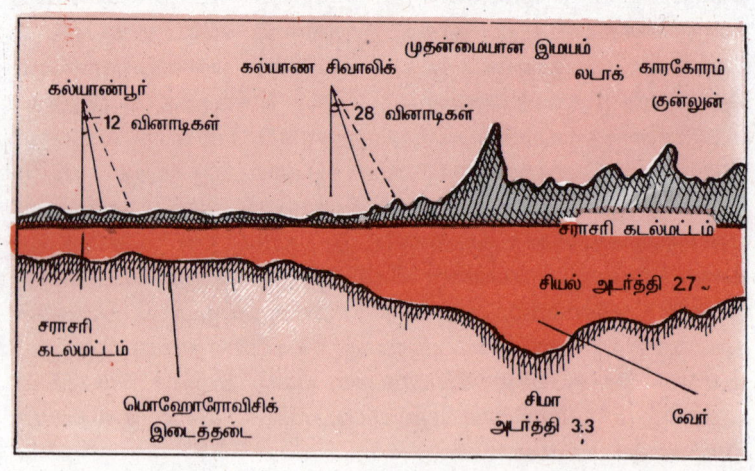

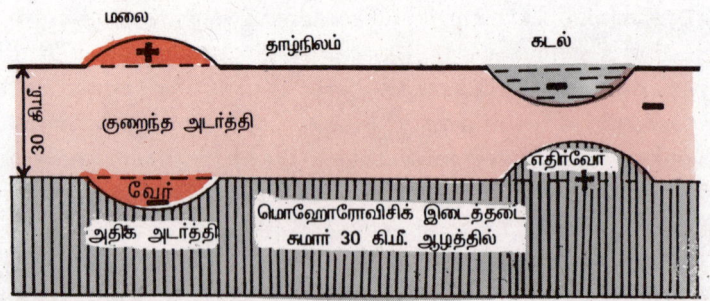

படம் 25: இமயமலை தூக்கு நூற்குண்டை ஈர்க்க வேண்டிய அளவுக்கு ஈர்ப்பதில்லை. புள்ளிகளால் குறியிடப்பட்ட கோடு, கணக்கிடப்பட்ட தூக்கு நூற்குண்டின் விலகிய அளவைக்காட்டுகிறது. முழுக்கோடு உண்மையான விலகிய அளவைக் காட்டுகிறது. அடர்த்தி குறைவான பாறைகளாலான இமயமலையின் வேர்கள் ஆழமாகச் செல்வதன் விளைவாகும் இது. ஆகவே இமயமலை தூக்குநூற்குண்டைத் தள்ளிவிடுவதுபோல் தெரிகிறது.

குண்டு மலையின் உருவத்தினால் தள்ளிவிடப்பட்டதாகக் காணப்படுகிறது. இது எவ்வாறு சாத்தியமாகும்?

1855 ஆம் ஆண்டு சர் ஜார்ஜ் அய்ரி என்ற வானவியலார் கடலில் மிதக்கும் பனிப்பாறைகளுக்கும் ஈர்ப்புவிசை குறைவான மலைகளுக்குமிடையே உள்ள ஒற்றுமையைக் கண்டறிந்தார். அவர் சொன்னதாவது—கண்டங்களின் பகுதிகள் பனிப்பாறைகள் போல் மிதக்கின்றன. மலைகள் நிலத்தில் வேரூன்றி நிற்கின்றன. தரைக்கு மேல் தென்படும் மலைகள் பனிப்பாறையின் முனை நீருக்குமேல் தெரிவது போலாகும். கண்டங்களின் பகுதிகள் பூமியினடியிலுள்ள திரவத்தின்மீது மிதந்துகொண்டுள்ளன. ஆர்க்கிமிடீஸ் விதிப்படி, மிதக்கும் பொருட்களின் எடை குறைவாக இருந்தால் அவற்றின் வேர் மிக ஆழமாக இருக்கும். 1889 ஆம் ஆண்டு அமெரிக்க மண்ணியலார் சி.ஈ. டட்டன் என்பவர் நீரில் மிதக்கும் பல்வேறு அளவிலான மரக்கட்டைகளைக் கொண்டு மிதக்கும் கண்டங் களின் வடிவமைப்பை அறியலாம் எனக் கூறினார் (படம் 26). இதற்கு சமநிலையமைதி எனப் பெயரிட்டார்.

பூமி பல படுகைகளால் ஆனது என்று முதன்முதலில் கூறியவர் டெஸ்கார்டஸ் (1646–1716) என்பவர். பூமியின் மையப் பகுதி உலோகத்தால் ஆனதென்றும் அதைச் சுற்றிப் பாறைகளும் அதற்கு மேல் மணலும் களிமண்ணும் இருப்பதாகவும் கூறினார். கணிதமேதை லெய்ப்னிட்ஸ் (1646–1716) திரவத்தின்மேல்

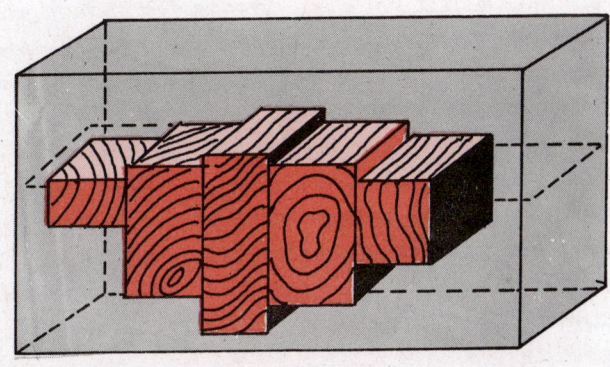

படம் 26: மிதக்கும் பல்வேறு அளவு மரக்கட்டைகள் சமநிலையமைதி என்ற தத்துவத்தை விளக்குகின்றன. பொதுவாக, கடல்மட்டத்துக்கு மேல் தெரியும் நிலத்தின் உயரம் அதிகமாக ஆக, அதன் வேர் சிமாவுக்குள் அதிக ஆழத்தில் ஊன்றியிருக்கும்.

உறுதியான ஓடு போன்ற மேற்பரப்பு உள்ளதாகக் கூறினார். கெல்வின் (1862) என்பவர் சூரியன் மற்றும் சந்திரனின் ஈர்ப்பு விசைக்கெதிராக பூமியின் நெகிழுந்தன்மையிருப்பதால் பூமியின் உள்பாகம் முழுவதும் இரும்புபோன்று உறுதியான பொருளால் ஆனதாக இருக்கவேண்டும் என்று கூறினார். உள்பாகம் திரவமாக இருந்தால் கடலலைகள் வலிமை வாய்ந்திருக்க முடியாது என்றார்.

கோண்ட்வானா பெருநிலம் என்று பெயரிட்டவர் எட்வர்டு சூயஸ் (1831-1914) என்வர். அரசியலில் ஈடுபட்டிருந்த ஒரே மண்ணியலார் என்று அல்லது மண்ணியலில் ஈடுபட்டிருந்த ஒரே அரசியல்வாதி என்று இவரைக் குறிப்பிடலாம். சுமார் 30 ஆண்டுகள் ஆஸ்திரியா நாட்டுச் சட்டமன்றத்தில் செல்வாக்கு மிக்க உறுப்பினராக இருந்தார். பூமியின் வெளிப்பாகம் அடுக்கடுக் கான பல படுகைகளாலானது என்பதற்கு விளக்கமளிக்கும் இரு சொற்களை அறிமுகப்படுத்தினார். இவை இன்றும் மண்ணியலார் களால் பயன்படுத்தப்படுகின்றன. பூமியின் வெளிப்பாகத்திலுள்ள கண்டங்கள் பொதுவாக கருங்கல் மற்றும் மணற்சத்து நிறைந்த படிவியற்பாறைகளால் ஆன படுகையாகும். இப்படுகையில் மணற்சத்தும் அலுமினிய உயிரகையும் செறிந்து காணப்படுவதால் இதற்கு 'சியல்' (Sial) எனப் பெயரிட்டார். அடுத்த படுகையில் உப்புமூலம் கொண்ட பாறைகள்—அதாவது எரிமலைப் பாறை வகைகள் காணப்படுகின்றன. இவற்றில் மணற்சத்து, வெளிம உயிரகை மற்றும் இரும்பு நிறைந்து காணப்படுவதால் இதற்கு 'சிமா' (Sima) என்று பெயரிட்டார். 'சியல்' பாறைகளின் சராசரி அடர்த்தி 2.7 ஆகவும் 'சிமா' பாறைகளின் சராசரி அடர்த்தி 2.8 முதல் 3.0 வரையும் உள்ளது. மலைகளுக்கு அடியில் சியல் பாறைகள் ஆழமாக வேர்போல் செல்கின்றன.

1909 அக்டோபர் 8 அன்று சாகரப்பில் (குரோசியா) ஏற்பட்ட நிலநடுக்கம் வரலாற்றுப் புகழ் பெற்றது. இதன் நிலநடுக்கப் பதிவுகளை ஆராய்ந்த மொஹோரோவிசிக் என்ற புகழ்பெற்ற நில இயற்பியலார் பூமியின் அடியில் ஒரு தனிப்பட்ட பிளவு இருக்கலாமென்று கூறினார். நிலநடுக்க அலைகளின் வேகம் மேலேயுள்ள படுகைகளில் வினாடிக்கு 7.2 கி.மீ. ஆகவும் அதன் கீழேயுள்ள படுகைகளில் வினாடிக்கு 8.1 கி.மீ. ஆகவும் உள்ளது. இப்பிளவு சுமார் 30 கி.மீ. ஆழத்தில் காணப்படுகிறது. மலைகள் உள்ள இடங்களில் சுமார் 60 கி.மீ. ஆழத்தில் காணப்படுகிறது. இதிலிருந்து மலைகள் ஏன் தொங்கு நூற்குண்டைத் தள்ளி விடுகின்றன என்பது தெரியவரும். உண்மையாக 'சியல்'

ஒல்லியாகவும், 'சிமா' பருமனாகவும் இருப்பதால் மலைகளிலிருந்து தூரமான இடங்களில் தொங்கு நூற்குண்டு ஈர்க்கப்படுகிறது (படம் 25அ).

இமய மலையின் வடிவமைப்பு

பாறை அமைப்பு வகையில் சிதைவினால் ஏற்படும் மாறுதல் காரணமாக உண்டான மிக அதிக அழுத்தங்களால் இமய மலைப்பகுதியில் பல மாற்றங்கள் ஏற்பட்டன. மிகவும் குழப்பமான நிலப்பெயர்ச்சிகள் ஏற்பட்டதால், மிகவும் குழப்பமான வடிவமைப்புகள் உண்டாயின. பாறைத் தளங்களில் ஏற்பட்ட இடைமுறிவில் நான்கு விதமான அமைப்புகள் கண்ணைக் கவர்கின்றன. அவை—சாய்மடிப்பு, உந்துகை முறிவு, முகடு, சன்னல் (படம் 27) என்பவையாகும். பாறை மடிப்பு ஆரம்பமாகும்போது அதன் நடுக்கோடு செங்குத்தாக உள்ளது. அழுத்தம் அதிகமாக ஆக நடுக்கோடு சாய்ந்துவிடுகிறது. கீழ்நோக்கி இறக்கமாகவும் உள்ளது. இது சாய்மடிப்பு. அழுத்தம் இன்னும் அதிகமாகும்போது சாய்மடிப்பு கிடைநிலையாக முறிந்து அதன் மேற்பகுதி அதிகதூரம் நகர்ந்து சென்றுவிடுகிறது. இது உந்துகை முறிவு எனப்படுகிறது. இறுதியாக, மேற்பகுதி பல கி.மீ. தூரம் நகர்ந்து சென்று அதன் வேர்ப்பகுதியிலிருந்து பிரிந்துவிடுகிறது. பிரிந்து சென்ற மேற் பகுதியையும் அதன் வேர்ப்பகுதியையும் இணைத்துப் பார்ப்பது மிகக் கடினமாகும். இதை முகடு எனலாம். கண்ணைக்கவரும் முகடு வடிவங்கள் சிம்லா, கர்வால் மற்றும் கஷ்மீர் பகுதிகளில் காணப்படுகின்றன.

இமயமலை போன்ற மலைப்பகுதிகளில் ஆய்வு மேற் கொள்ளும் மண்ணியல் ஆராய்ச்சியாளர்களைத் தடுமாறச் செய்வது மிகப் பழைய பாறைப் படுகைகளுக்கிடையே நீட்டிக் கொண்டிருக்கும் இளமையான பாறைகளாகும். இது பாறை மடிப்புகளின் காரணமாக உண்டாவது என்று முதலில் தெரியவில்லை. சாய்மடிப்பின் மேற்பகுதியிலுள்ள பழைய பாறை அரிக்கப்பட்டு, புதிய பாறை வருவதற்கான சன்னல்போன்று அமைந்துவிடுகிறது. இந்தியாவில் இமயமலைப் பகுதிகளில் மட்டுமே இத்தகைய வடிவமைப்புகள் காணப்படுகின்றன (படம் 28). சிம்லாவிலிருந்து 15 கிமீ தூரத்திலுள்ள ஷாலி சிகரம் இதற்கு எடுத்துக்காட்டாக குறிப்பிடத்தக்க 'சன்னல்' ஆகும். இங்கு 5 முதல் 6 கோடி ஆண்டுகளுக்கு முன் தோன்றிய சுபாது படிவியற் பாறைகள், சுமார் 450 கோடி ஆண்டுகளுக்கு முந்திய இயல்

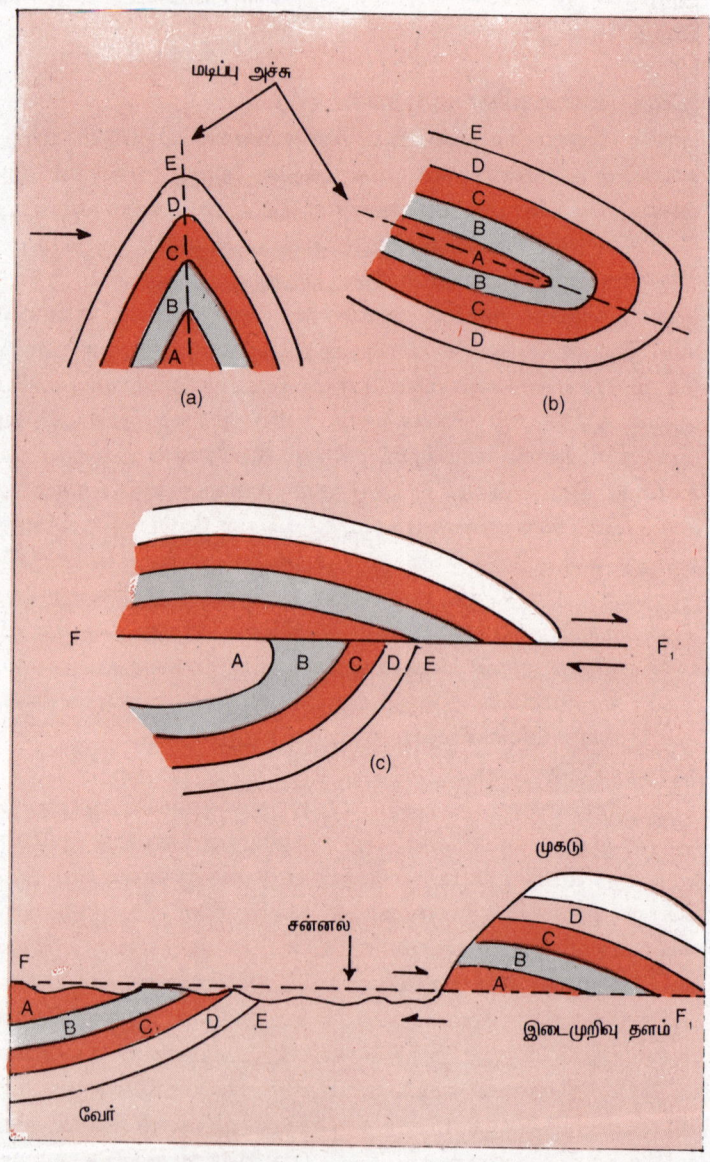

படம் 27: இமயமலையிலுள்ள மடிப்பு, இடைமுறிவு வகைகள் வரைபடத்தில் காட்டப்பட்டுள்ளன.

நிலநடுக்கமண்டலங்கள்

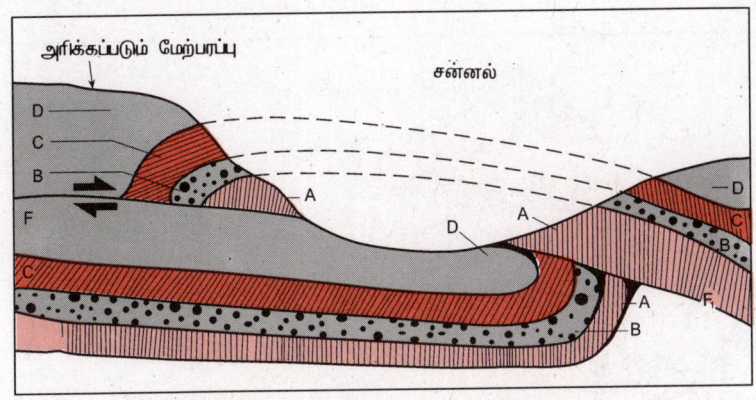

படம் 28: உந்துகை முறிவு F-F அரிக்கப்பட்டு சன்னல் உண்டாகிறது.

மாறுபட்ட செயில் வரிசைப் பாறைகளுக்கிடையே ஊடுருவியுள்ளன.

சில அறிவியலார் தொங்கு நூற்குண்டின் ஈர்ப்பு பற்றி ஆராய்ந்து கொண்டிருந்த வேளையில், மற்றும் சிலர் மலைகள் எவ்வாறு உருவாயின என்றும், 884 மீ. உயரமான இமயமலையின் எவரெஸ்ட் சிகரத்தில் கடல்வாழ் பிராணிகளின் படிவங்கள் எவ்வாறு கிடைத்தன என்றும் ஆராய்ந்தனர். இதிலிருந்து மையவரை மடிவுப்புகை பற்றிய கருத்து உருவானது—பூமியின் மேல் தோடு மெதுவாகக் கீழ்நோக்கி வளைந்து ஏற்பட்ட பள்ளத்தில் கண்டங்களிலிருந்து வந்த வண்டல்கள் படிந்து ஒன்றன் மேலொன்றாகப் படுகைகள் உண்டாயின. வண்டல் படிதலும் பள்ளம் உண்டாவதும் ஒன்றோடொன்று தொடர்ந்து நடைபெற்றன. பள்ளத்தின் இரு பக்கங்களிலும் உள்ள கண்டங்கள் ஒன்றையொன்று நோக்கி நகர்ந்தபோது இடையில் அகப்பட்டுக் கொண்ட படிவப் படுகைகள் மடிந்து மடிந்து அடுக்கு மலைத் தொடராக உருமாறின.

ஏற்கெனவே விளக்கியதுபோல், இமயமலை பிரமிடுகள் போலல்லாமல், பனிப்பாறைகள் போல் மடிப்புகள் ஏற்பட்டதால் ஆழமாக வேரூன்றியதாக உள்ளது. நிலத்துக்கு மேல் நாம் காணும் இமயமலைக்கடியில் 'சியல்' மற்றும் 'சிமா' படுகைகள் அதிக ஆழத்திற்குச் செல்கின்றன. ஆனால் மலையடிவாரத்திலிருந்து தூரமாகப் போகப் போக 'சியல்' படுகைகள் ஒல்லியாகவும் 'சிமா' படுகைகள் பருமனாகவும் ஆகின்றன.

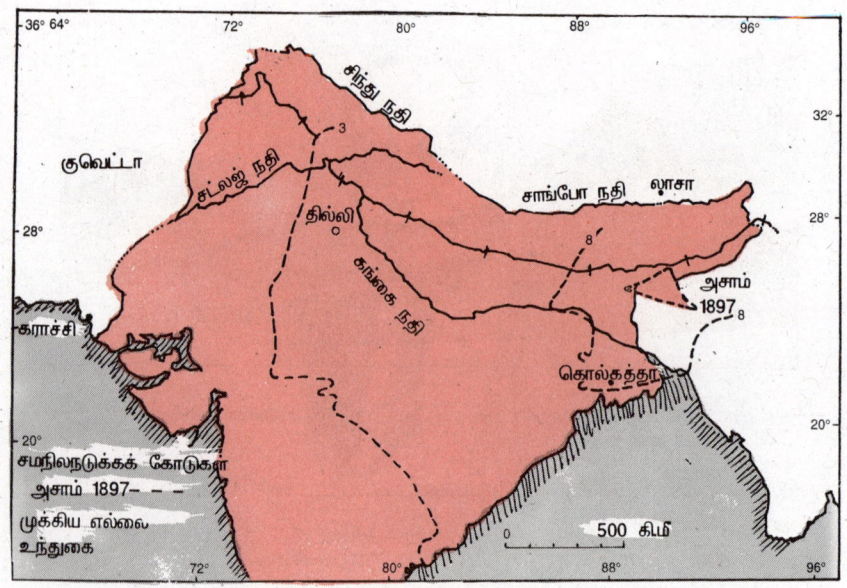

படம் 29: ஆர்.டி ஓல்டுஹாம் நிர்ணயித்தபடியான 1897 அசாம் பெரும் நிலநடுக்கத்தின் சமநிலநடுக்கக்கோடுகள்.

1897 ஜுன் 12 அன்று நிகழ்ந்த அசாம் நிலநடுக்கம் புகழ் பெற்றது. (படம் 29). இந்நில நடுக்கம் மாற்றியமைக்கப்பட்ட மெர்க்காலி அளவுகோலின்படி அதிகபட்ச அளவு நிலையான XII ஆகும். இது பொதுவாக ஓல்டுஹாமின் நிலநடுக்கம் எனக் குறிப்பிடப்படுகிறது. இந்த நிலநடுக்கத்தை ஆய்ந்து எழுதிய ஓல்டுஹாமின் புத்தகம் பற்றிக் குறிப்பிட்ட சார்லஸ் ரிச்டர் (புகழ்பெற்ற ரிச்டர் அளவுகோல் இவர் பெயரால் அழைக்கப் படுகிறது) கூறியதாவது: “ஓல்டுஹாமின் நிலநடுக்கம் பற்றிய வரைவுநூல் நிலநடுக்க ஆய்விலேயே மிகச் சிறந்த புத்தகமாகும்.” 1935ஆம் ஆண்டு ரிச்டர் நிலநடுக்கக் கருவியிலிருந்து கிடைக்கும் பதிவிலிருந்து நிலநடுக்கத்தின் வலிமையைக் கணக்கிடும் விதியை உருவாக்கினார்.

நிலநடுக்கம் வந்தபின் நடத்திய ஆய்வுகளிலிருந்து இது ரிச்டர் அளவுகோலில் 8.7 அளவாகக் கணிக்கப்பட்டது. இந்த அளவில் உலகம் முழுவதிலும் மிகக் குறைவான நிலநடுக்கங்களே பதிவு செய்யப்பட்டுள்ளன. இந்த நிலநடுக்கத்தின்போது நடுக்கத்தை உணர்ந்த நிலப்பரப்பின் ஆரம் 1450 கி.மீ; அதிகச் சேதமுற்ற பரப்பின் ஆரம் 480 கி.மீ; மிக அதிகச் சேதமுற்ற பரப்பின் ஆரம்

படம் 30: சார்லஸ் பிரான்சிஸ் ரிச்டர்

220 கி.மீ. இந்த ஆய்வின்போது பல புதிய பாறைஇடைமுறிவுகள் தெரியவந்தன. ஓல்டுஹாம் அவற்றில் இரண்டைக் கண்டுபிடித்தார். சடாரங் இடைமுறைவு சுமார் 20கி.மீ. நீளமாகக் கண்டுபிடிக்கப் பட்டது. அதன் ஒரு பக்கம் மற்றதன் மேல் 56 மீட்டர் ஏறியுள்ளது. நிலப்பரப்பு சாய்ந்தும், உருக்குலைந்தும், சிதைந்தும் காணப்பட்டது. ஓல்டுஹாம் போர்டுவார் என்ற இடைமுறிவையும் கண்டுபிடித்தார். இது சில செ.மீ. அகலமே இருந்தது. இது சுமார் 12 கி.மீ. தூரம் தரையில் உண்டான வெடிப்புகளால் தலைகீழாய்ப்புரட்டி அழிக்கப்பட்ட அடர்ந்த காடுகளினூடே கண்டுபிடிக்கப்பட்டது.

பிரம்மபுத்திரா நதியின் சமவெளிப்பகுதிகளில் நிலத்தடிநீர் ஊற்றுப்போல் பொங்கியெழுந்து தரைக்குமேல் வந்தது. அசாம் மலைகளில் பெரிய நிலச்சரிவுகள் ஏற்பட்டன. கட்டிடங்களின் சிதைவுகள் பற்றிய நுண்ணிய விபரங்கள் குறிக்கப்பட்டுள்ளன. கற்களால்ஆன கட்டிடங்கள் தரைமட்டமாகிவிட்டன. ஆனால் மரச்சட்டங்களைக் கொண்டும் ஒரு வகைப்புல் (சான்) கலந்து பூசிய சுவர்களைக் கொண்டும் கட்டப்பட்ட கட்டிடங்களுக்குக் குறைவான சேதமே ஏற்பட்டது. முழுவதும் மரத்தாலான, தரையிலிருந்து சிறிது உயரத்தில் அமைக்கப்பட்ட வீடுகள் சேதமடையவில்லை. அக்காலத்தில் நிலநடுக்கக் கருவிகள்

வளர்ச்சியின் ஆரம்பநிலையில் இருந்தபோதே, தரையிலும் வீடுகளிலும் காணப்பட்ட வெடிப்புகளிலிருந்து நிலநடுக்கத்தின் வீச்சு மற்றும் முடுக்கத்தை அளவிட முயற்சி செய்தார் ஓல்டுஹாம். இந்த நிலநடுக்கத்தின்போது 1542 பேர் உயிரிழந்தனர்.

இந்த நிலநடுக்கம் பற்றிய ஓல்டுஹாமின் புத்தகத்தைப் போற்றிய ரிச்டர் கூறியதாவது:

> ஓல்டுஹாமின் குறிப்புகளின் மூலப்படிவத்தைப் படித்தால் அது மிகவும் அறிவூட்டத்தக்கதாக இருப்பது தெரியும். ஏனெனில் ஓல்டுஹாமின் சிந்தனை அவருக்குப் பின் வந்த பல ஆராய்ச்சியாளர்களைவிடத் தெளிவாகவும், இயற்பியலின் அடிப்படை விதிகளை மிகச் சிறந்த முறையில் உணர்ந்ததாகவும் இருந்தது. குறிப்பேட்டின் முகவுரை அவர் பயன்படுத்திய பொதுவான விதிகளைப் பற்றிய சுருக்கமான ஆய்வுக் கட்டுரையாகும். இது நிலநடுக்கக் கருவிகளின் வளர்ச்சியால் ஏற்பட்ட அறிவு முதிர்ச்சியால் மட்டுமே பழமைப்பட்டுள்ளது. சிரபுஞ்சியில் சமாதிகளிலிருந்து இடப் பெயர்ச்சியைக் கணக்கிட்ட முறை அறிவியல் பூர்வமாக கூர்ந்து நோக்கி அனுமானம் செய்யும் திறமையைப் பறை சாற்றுகிறது. சுமார் மூன்றடிவரையான அளவுள்ள கற்கள் தூக்கியெறியப்பட்டதற்கு ஓல்டுஹாம் விளக்கமளித்துள்ளார். நம் எண்ணத்தைத் தூண்டுமாறு ஒரு அத்தியாயம் உள்ளது. தூண்களும் தூண்போன்ற சின்னங்களும் சுழன்று விழுந்ததற்காகப் பிறர் கூறிய விளக்கங்களையெல்லாம் மறத்து வாதாடுகிறார். இவை மிகவும் சிக்கலான நிகழ்ச்சிகளாகும். இவற்றுக்கு வெவ்வேறு இடங்களில் வெவ்வேறு ஆதாரங்கள் இருக்கலாம். இவர் கூறிய விளக்கம் ஒத்துக்கொள்ளக் கூடியதாகவுள்ளது. நிலநடுக்க அலைகள் ஒன்றன்பின் ஒன்றாகத் தொடர்ந்து பல திசைகளிலிருந்தும் வந்திருக்கக்கூடும். திருகுநிலை அல்லது தூக்கி எறிதல் போன்றவை திரவம் போன்ற மிக மென்மையான நிலத்தில்தான் ஏர்பட வாய்ப்புகள் அதிகம் ஏதுவாகும்.

மிக அதிகம் சேதமுற்ற இடங்களில் பெரிய கற்கள் தூக்கியெறியப்பட்டன. ஆகவே நிலநடுக்கத்தின் அதிகபட்ச முடுக்கம் 'g'ஐவிட (981செ.மீ/வினாடி^{2}) அதிகமாக இருந்திருக்க வேண்டும்.

ஓல்டுஹாமின் அசாம் நிலநடுக்கத்தைவிட பீகாரில் 1934ஆம் ஆண்டு வந்த நிலநடுக்கம் நம் நினைவில் ஆழமாகப் பதிந்துள்ளது.

இது மாற்றியமைக்கப்பட்ட மெர்க்காலி அளவுகோலின்படி X அளவாகும். இந்த நிலநடுக்கத்தை நேரில் பார்த்தவர்களில் சிலர் இன்னும் வாழ்கின்றனர். மேலும், இறந்தவர்களின் எண்ணிக்கை அதிகமாகும்—இந்தியாவில் 7253; நேபாளத்தில் 3400.

மிக அதிகம் சேதமுற்ற பரப்பு சுமார் 130 கி.மீ. நீளமும் 32 கி.மீ. அகலமும் உடையது. முக்கிய சேதமடைந்த இடத்திலிருந்து சமதூரத்தில் (160 கி.மீ.) உள்ள இரண்டு இடங்களில் அதிகமான சேதம் ஏற்பட்டது. ஒன்று தெற்கிலுள்ள பாங்கீர்; மற்றது வடக்கில் நேபாளப் பள்ளத்தாக்கு. வீடுகள் சாய்ந்தன, விழுந்துவிட்டன, தரைமட்டமாயின. ரயில்பாதைகளும் பாலங்களும் சுமார் 2 மீட்டர் கீழே இறங்கிவிட்டன. சில இடங்களில் ஏரிகள், குளங்கள் மற்றும் பள்ளங்களின் அடித்தளம் மேலே எழுந்துவிட்டது. பாறைப் பிளவுகளிலிருந்து தண்ணீர் பீய்ச்சி அடித்தது. சில இடங்களில் அதிகஅளவில் மண் தூக்கியெறியப்பட்டதைக் கண்ட விவசாயிகள் கவலையுற்றனர். ஆனால் நாளடைவில் காற்றும் மழையும் அவற்றைக் கரைத்துவிட்டன. வண்டல் படிந்ததால் நிலங்கள் மிகவும் செழிப்படைந்தனவென்று கருதப்படுகிறது.

பொறியியலாருக்குத் தேவையான ஒரு முக்கிய நிகழ்ச்சியும் நிகழ்ந்தது. மாங்கீரில் வண்டல் மண்ணின் நடுவே கடினமான படிகப் பாறைகளாலான மலைத்தொடர் நிமிர்ந்து நிற்கிறது. மண்ணியலாரின் கூற்றுப்படி:

> உயர்ந்து நிற்கும் படிகப் பாறை நில அதிர்ச்சியைத் தாங்கியுள்ளது. அதைச் சுற்றியுள்ள வண்டல் மட்டுமே அதிகமாகச் சேதமுற்றுள்ளது.

இமயமலையின் மற்ற நிலநடுக்கங்கள்

வரலாற்றுக் காலம் தொட்டே மிகுந்த அழிவையும் சாவையும் உண்டாக்கிய பெரிய நிலநடுக்கங்கள் அறியப்பட்டுள்ளன. நேஷனல் புக் டிரஸ்ட் (1983) வெளியிட்ட, ஹெச்.என். ஸ்ரீவஸ்தவா எழுதிய 'நிலநடுக்கத்தை முன்கணிப்பது எப்படி' என்ற புத்தகத்திலிருந்து கீழ்க்கண்ட பட்டியல் எடுக்கப்பட்டுள்ளது:

ஆண்டு	இடம்	நிலநடுக்க அளவு (ரிச்டர்)	விளக்கம்
1803	குமாவூன் பகுதி	6.5	300 பேர் உயிரிழப்பு
1828	ஸ்ரீநகர் அருகில்	6.0	100 உயிரிழப்பு; 1200 வீடுகள் சேதம்

1869	கச்சார் (அசாம்)	7.5	ஏராளமான நிலப்பிளவுகள், குழிகள்; ஓல்டுஹாம் ஆராய்ச்சி செய்து நிலநடுக்கப்பட்டியல் உருவாக்கக் காரணம்.
1885	ஸ்ரீநகருக்கு மேற்கில்	7.0	3500 மனிதர்கள் உட்பட 35,000 உயிர்சேதம்
1897	ஷில்லாங் பீடபூமி	8.7	ஓல்டுஹாமின் நிலநடுக்கம் (விபரங்கள் ஏற்கெனவே குறிப்பிடப்பட்டுள்ளன)
1905	காங்கரா (இமாசலப்பிரதேசம்)	8.5	காங்கரா, தர்மசாலை மற்றும் சுற்றுப்புறம் முழுச்சேதம்; 20,000 உயிரிழப்பு.
1918	ஸ்ரீமங்கல் (அசாம்)	7.6	சுமார் 4500 சதுர கி.மீ பரப்பில் அதிகசேதம்
1930	துப்ரி (அசாம்)	7.1	ரயில்வே பாலங்கள் தேசம்
1934	பீகார்-நேபாளஎல்லை	8.3	10,000 உயிர்சேதம்
1943	அசாம்	7.2	வடகிழக்குஅசாமில் சேதம்
1947	வடகிழக்கு ஜம்மு	6.0	பதர்வாவில் அதிகச் சேதம்
1947	அசாம்	7.75	திப்ருகர், ஜோர்ஹட், தேஜ்பூர் சேதம்.
1950	திபெத்	8.5	வரலாற்றில் அதிக சேதம் விளைவித்த நடுக்கங்களில் ஒன்று; 156 பேர் நில நடுக்கத்தாலும் நிலச்சரிவுகளாலும் உயிரிழந்தனர்; 532பேர் அதைத் தொடர்ந்த வெள்ளத்தால் உயிரிழந்தனர்.
1958	இமாசலப்பிரதேசம்-திபெத் எல்லை	6,3	கப்கோட்டைச் சுற்றி 150 சதுர கி.மீ. பரப்பில் நிலப்பிளவு, நிலச்சரிவுகள், வீடுகளில் வெடிப்பு.
1963	படாகாவ்	5.3	79 உயிரிழப்பு; 400 காயம்
1966	இந்தியா-நேபாளம் எல்லை	6.1	80 உயிரிழப்பு
1975	நின்னாவூர் (இமாசலப்பிரதேசம்)	6.8	44 உயிரிழப்பு

1980	இந்தியா-நேபாளம் எல்லை	6.1	200 உயிரிழப்பு; தார்ச்சுயா, பித்தோர்கட் வீடுகள் சேதம்.
1980	ஜம்மு	5.2	15 உயிரிழப்பு; கதுவாவில் வீடுகள் சேதம்.
1982	தன்பாத்	5.0	விபரங்கள் கிட்டவில்லை.
1988	நேபாளம்	6.5	1000 உயிரிழப்பு
1991	உத்தரகாசி		ஓரளவு சேதம்
1993	டெல்லி	6.5	அதிக சேதமில்லை

தீபகற்ப இந்தியா—நிலையானதா?

மண்ணியலின்படி தீபகற்ப இந்தியா எப்போதும் நிலையானதாகக் கருதப்படுகிறது. இது எரிமலையிலிருந்து உண்டான பாறை களாலும், இயல்மாறுபாடடைந்த பாறைகளாலும் ஆனது. மேலும், பாறை அமைப்புகளில் சிதைவு ஏற்படும் இமயமலைப் பகுதியிலிருந்து தூரமாக உள்ளது. இங்கு 1869 வரை நிகழ்ந்த 28 பெரிய நிலநடுக்கங்கள் குறித்து ஓல்டுஹாம் குறிப்பிட்டிருந்தாலும், இமயமலைப்பகுதியை இணைத்துப் பார்ப்பதால் இவ்வாறு கூறப்படுகிறது. 1869க்குப் பின் பெரிதும் சிறிதுமாகப் பல நிலநடுக்கங்கள் ஏற்பட்டிருப்பினும், இமயமலையுடன் 'இணைத்துப் பார்க்கும்' தத்துவம் நாளடைவில் மறக்கப்பட்டுவிட்டது. இந்த உறுதியான கருத்து, கண்டத்தட்டுகள் நகர்ந்து வந்து இந்தியத் துணைக்கண்டம் உருவாகி, இமயமலைத்தொடர் பொங்கி யெழுந்ததை ஆதாரமாகக் கொண்டது (படம் 31).

தீபகற்ப இந்தியாவில் பதிவு செய்யப்பட்ட முதல் நிலநடுக்கம் 1618இல் மும்பைக்கு வடக்கில் பாசயினுக்கருகே ஏற்பட்டதாகும். 1869வரை நிலநடுக்கம் ஏற்பட்ட இடங்கள்: அகமதாபாத், மும்பை, பூஜ், பெங்களூர், பரோடா, பெல்லாரி, புர்வானி (ம.பி.), சிலோன் (1823), கட்ச், கோயம்புத்தூர், டாமன், துலியா (மகாராஷ்டிரம்), மவுண்ட் அபு, மலபார், நிமார் (ம.பி.), நாசிக், சூரத், சேலம், திருவிதாங்கூர் மற்றும் திருவனந்தபுரம். 1869க்குப் பின் நிலநடுக்கங்கள் பதிவு செய்யப்பட்ட இடங்கள்: கோயம்புத்தூர் (1900), பெங்களூர் (1916), சதாபுரா (1938), பலியாத் (குஜராத், 1938), பூனா-மும்பை-சூரத் (1951), பல்டன் (மகாராஷ்டிரம், 1953), கள்ளிக்கோட்டை (1961), ரத்னகிரி மற்றும் குஜராத் (1962) மற்றும் மும்பை (1965), அதிகச் சேதம் விளைவித்த சில நிலநடுக்கங்கள் பற்றிய விபரங்கள் இங்கு சித்தரிக்கப்பட்டுள்ளன.

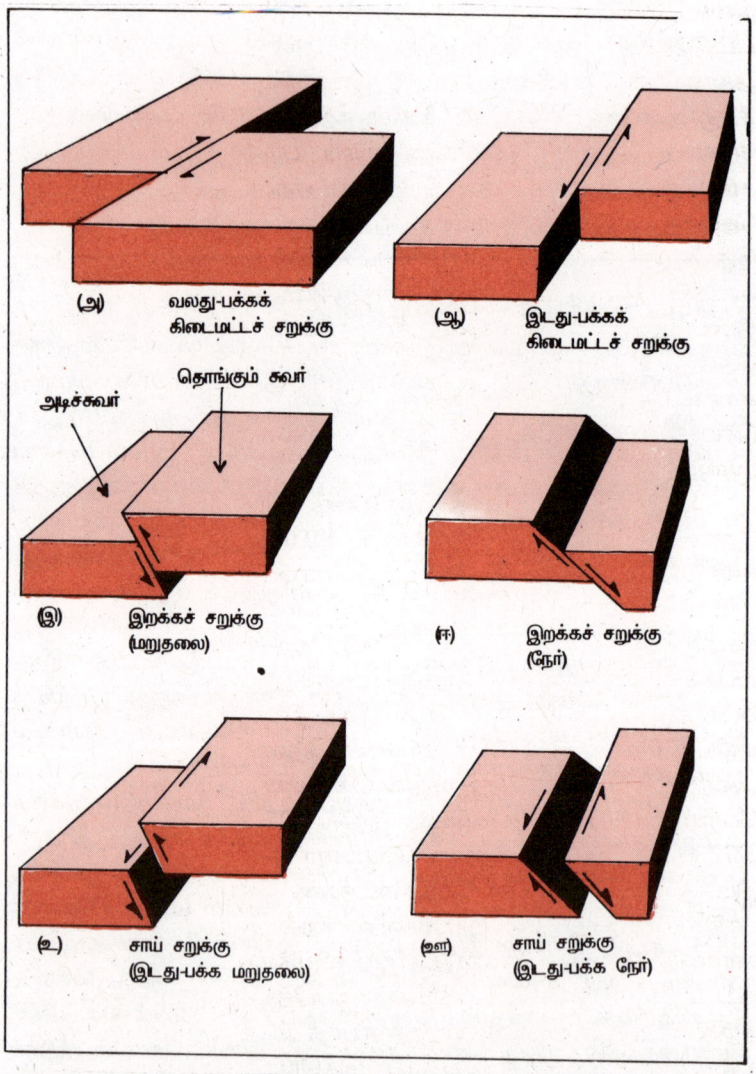

படம் 31: பலவிதமான இடைமுறிவு இடப்பெயர்ச்சிகள் காட்டப் பட்டுள்ளன. சான் ஆண்டிரியாஸ் (அ) வகையிலானது. இமயமலையில் (ஆ), (இ), (ஈ) விதங்கள் உள்ளன. தீபகற்ப இந்தியாவில் (ஈ) மற்றும் (உ) விதங்கள் பொதுவாகக் காணப்படுகின்றன. இங்கு (இ) மற்றும் (உ) விதங்கள் மிகவும் அரிது. மறுதலை இடைமுறிவு அழுத்தப்படுவதால் (புறத்தோடு குறுக்கப்படுவதால்) உண்டாகிறது. நேர் இடைமுறிவு இழுப்பு விசையால் (புறத்தோடு நீள்வதால்) உண்டாகிறது.

கட்ச்சில் ஏற்பட்ட நிலநடுக்கம் ரிச்டர் எழுதிய 'தொடக்க நிலை நிலநடுக்க ஆய்வுநூல்' என்ற புத்தகத்தில் குறிப்பிடப் பட்டுள்ளது. இது 1819 ஜுன் 16 அன்று நிகழ்ந்தது. ரிச்டர் அளவுகோலில் 8.5 அளவிலான இந்த நிலநடுக்கம் பூஜ் நகரைச் சீர்குலைத்தது. 1540 பேர் உயிரிழந்தனர். அசாம் நிலநடுக்கம் போலவே இதுவும் பூமிக்கடியிலுள்ள பாறை இடைமுறிவுடன் சம்பந்தப்படுத்தப்பட்டது. இதனால் ஏற்பட்ட இடைமுறிவின் செங்குத்தான சரிவு 'அல்லாவின் அணை' என வழங்கப்படுகிறது. இது சுமார் 3 மீட்டர் உயரமானது. சிந்திரி நகரத்திலிருந்து 8 கி.மீ. வடக்கில் கிழக்கு மேற்காக சுமார் 26 கி.மீ. நீளமாகவுள்ளது. இந்த இடைமுறிவின் தென்பாகம் கீழே தள்ளப்பட்டுள்ளதால் இது தென்திசையிலிருந்து பார்க்கும்போது ஒரு அணைபோன்று காணப்படுகிறது. அங்குள்ள மக்கள் இதைக் கடவுளின் செயலனெக் கருதியதால் இதை 'அல்லாவின் அணை'யென்று அழைத்தனர்.

குஜராத்தில் பலியாத் நிலநடுக்கம் (1938) அந்நகரில் மிகுந்த சேதம் விளைவித்தது. இது சுமார் 10,000 சதுர கி.மீ. பரப்பில் (விராம்காவ், பவநகர், மோர்வி மற்றும் ராஜ்கோட்) உணரப்பட்டது. அதிர்ச்சிக்கு முன் ஒருவித குமுறல் ஒலி கேட்டது. குஜராத்தில் நிகழ்ந்த அஞ்சார் நிலநடுக்கம் (1956) தெற்கில் மும்பை வரையும், வடக்கில் பாகிஸ்தானில் ஹைதராபாத்-சிந்து வரையிலும் உணரப் பட்டது. ரிச்டர் அளவு 7 ஆன இந்த நிலநடுக்கத்தில் 115 பேர் பலியானார்கள். 414 பேர் காயமடைந்தனர். 1967 டிசம்பர் 10 அன்று மகாராஷ்டிர மாநிலத்தில் கொய்னா அணைக்கருகில் ஒரு பெரிய நிலநடுக்கம் தாக்கியது. இதில் 177 பேர் உயிரிழந்தனர். 2272 பேர் காயமடைந்தனர். கொய்னா நகரத்தில் பல வீடுகள் இடிந்து விழுந்தன, பல சேதமடைந்தன. கொய்னா அணையும் பாதிக்கப்பட்டது. பல இடங்களில் கீறல் ஏற்பட்டது. வளைவு களாலான பழைய பாலம் தகர்ந்து விழுந்தது. ஆனால் 1956இல் கட்டப்பட்ட கான்கிரீட் பாலம் தப்பித்துக்கொண்டது. இந்த அதிர்ச்சி சூரத், நாக்பூர், ஹைதராபாத் மற்றும் பெங்களூரிலும் உணரப்பட்டது. இது தீபகற்ப இந்தியா நிலையானதென்ற எண்ணத்தையும் தகர்த்துவிட்டது. கொய்னா நிலநடுக்கம் கண்டத்தட்டினுள்ளேயே உண்டாகும் நிலநடுக்க வகையைச் சேர்ந்ததாகும். ஏனெனில், இந்த நிலநடுக்கம் கண்டங்கள் நகர்வதால் உண்டாகவில்லை. இது போன்ற கண்டத்தட்டின் உள்ளேயே உண்டாகும் நிலநடுக்கங்கள் உலகின் பிறபகுதிகளிலும்

நிகழ்ந்துள்ளன: ஆஸ்திரேலியாவில் மெக்கரிங் (1968), நியூஃபவுண்டுலாந்தில் கிராண்ட் பாங்க்ஸ் (1929), அமெரிக்காவில் தென் கரோலினாவில் சார்லஸ்டன் (1886) ஆகியவை சில எடுத்துக் காட்டுகளாகும். கொய்னாவிற்குப் பின் ஏற்பட்ட பெரிய நில நடுக்கங்களில் ஆந்திராவின் பத்திராசலத்தில் (1967) ஏற்பட்ட (அளவு 5.7) நிலநடுக்கமும் அடங்கும். இது கோத்தகுடம் அனல் மின் நிலையத்தைச் செயலற்றதாக்கிவிட்டது. குஜராத்தின் பரோச்சில் 1970 இல் ஏற்பட்ட (அளவு 6) நிலநடுக்கத்தில் 26 பேர் உயிரிழந்தனர். 200 பேர் வீடுகள் இடிந்து விழுந்ததால் காயமடைந்தனர்.

கண்டத் தட்டுகளின் விளிம்பில் ஏற்படும் நிலநடுக்கங் களைவிடக் குறைவான எண்ணிக்கையானாலும், கண்டத்தட்டின் உள்ளேயே நிலநடுக்கங்கள் ஏற்படுவதால், இந்தியத் தீபகற்பம் அவ்வளவு நிலையானதல்ல என்று நிரூபிக்கப்பட்டுள்ளது. எதிர்பாராத இடங்களில் நிகழ்வதால், இவை அதிக அபாயகரமான நிலநடுக்கங்களாக இருக்கலாம். மிகக்குறைந்த அளவிலான நிலநடுக்கம் எதிர்பார்க்கப்படும் இடத்தில் பெரிய நிலநடுக்கம் ஏற்படலாம். இவ்வாறு பல விளக்கங்கள் அளிக்கப் பட்டாலும் இம்மாதிரியான நிலநடுக்கங்கள் இன்னும் புதிராகவே உள்ளன.

நீர்த்தேக்கம் தூண்டும் நிலநடுக்கம்

கொய்னா நிலநடுக்கத்திற்குச் சரியான காரணம் கிடைக்காததால் சில மண்ணியலாரும் நிலநடுக்க ஆய்வாளரும் 1967 முதல் நீர்த்தேக்கம் தூண்டும் நிலநடுக்கம் என்ற கருத்தை முன்வைத்தனர். இதன்படி, அணைக்கட்டினால் உண்டான நீர்த்தேக்கத்திலிருந்து செல்லும் நீர் பாறை இடைமுறிவைப் பாதித்து நிலநடுக்கத்தை ஏற்படுத்துமென நம்பப்படுகிறது. ஆகவே, நில அதிர்ச்சியையும் நீர்த்தேக்கத்தில் நீர்மட்டம் ஏறியிறங்குவதையும் இணைத்துப் பார்த்தனர். பின்னால் இக்கருத்தில் மாற்றம் செய்தனர். பாறையிடை முறிவில் நீர் ஊடுருவிச் சென்று எண்ணெய்போல் மசகிட்டு பாறையின் சறுக்கு வலிமையைக் குறைத்துவிடுவதால் இடப்பெயர்ச்சி உண்டாவதாக ஊகித்தனர். இந்த ஊகம் நம்பத் தக்கதாக உள்ளது. ஏனெனில், ஆழமான எண்ணெய்க் கிணறுகளில் எண்ணெய் சுரப்பதைத் தூண்டுவதற்காகத் திரவங்களை உட்செலுத்தும்போது நிலநடுக்கம் ஏற்படுகிறது.

1967இல் கிரமாஸ்டா (கிரீஸ்) ஏரியிலும் அதன்பின்னர்

கொய்னாவிலும் நிலநடுக்கம் ஏற்பட்டது. இதற்கும் முன்னால் சீனாவில் சின்பெங்ஜியான் (1962) என்ற இடத்திலும், ஆப்பிரிக் காவில் கரீபா (1963) என்ற இடத்திலும் உண்டான நிலநடுக் கங்களும் நீர்த்தேக்கம் தூண்டியதாக இருக்கலாமென்ற ஐயம் எழுந்தது. இந்தியாவில் இக்கருத்து பல மண்ணியலார்களால் உடனே ஏற்றுக்கொள்ளப்பட்டது. ஏனெனில், இந்திய மண்ணியல் ஆய்வகத்தின் முதல் இந்திய இயக்குனரான டாக்டர் எம்.எஸ். கிருஷ்ணன் இக்கருத்துக்கு ஆதரவளித்தார். இதைத் தொடர்ந்து இதுபோன்ற பல நிலநடுக்கங்கள் பற்றித் தெரிய வந்தது. இவற்றில் சில ஊகங்களாகவும், சில கவனமான ஆய்வுகளாலும் தெரிய வந்தன. அமெரிக்க மண்ணியல் ஆய்வகம் நூற்றுக்கும் மேற்பட்ட நீர்த்தேக்கம் தூண்டிய நிலநடுக்கங்கள் பற்றிய பட்டியல் தயாரித்தது. இதிலிருந்து, நிலநடுக்கம் உண்டாக்குவதற்காகக் குறிப் பிட்ட அளவுடைய நீர்த்தேக்கமும், குறிப்பிட்ட ஆழமும் தேவை யென்று அறிந்தனர். 100 மீட்டருக்கு அதிக ஆழமுடைய நீர்த் தேக்கம் நிலநடுக்கத்தை உண்டாக்கலாம் என்று கருதப்படுகிறது.

இருந்தாலும், நீர்த்தேக்கம் தூண்டும் நிலநடுக்கம் என்ற கருத்து வாதத்துக்குரியது. இதைப்பற்றி இன்னும் உறுதியாகத் தெரிய வில்லை. ஏனெனில், பல அணைக்கட்டுகள் நிறைந்து வெகு காலம் ஆனபிறகும் நிலநடுக்கங்கள் ஏற்படவில்லை. பாகிஸ்தானிலுள்ள தர்பலா மற்றும் மங்கலா அணைகளும், இந்தியாவில் உள்ள பக்ரா, போங்கு, பாந்தோ மற்றும் ராம்கங்கா அணைகளும் நிலநடுக்கங்கள் அதிகம் வரக்கூடிய இடங்களிலேயே அமைந்திருந்தபோதிலும், இந்த அணைகள் நிறைந்ததன் காரணமாக நிலநடுக்கங்கள் ஏற்படவில்லை. இந்திய மண்ணியல் ஆய்வகத்தின் பெயர்பெற்ற மண்ணியலார் டாக்டர் ஜே.பி. ஆடன் என்பவர் கொய்னா அணையுடன் வெகுகாலம் இணைந்திருந்தவர். அந்த அணையின் ஆய்வுக் காலத்திலிருந்து அணை கட்டி முடிக்கப்பட்டவரை அதனோடு சம்பந்தப்பட்டிருந்தவர். இந்த அணை எரிமலைக் குழம்புகள் படிந்து உண்டான பாறைகளின் மேல் கட்டப்பட்டு இருக்கிறது. இப்பாறைகளில் பல கீறல்களும் இடைமுறிவுகளும் உள்ளன. ஆனால் இவற்றுக்குள் களிமண் சென்று நன்கு அடைத்துக் கொண்டிருப்பதால் இவற்றினூடே தண்ணீர் சென்று மிக ஆழத்தையடைவது சாத்தியமல்ல. தன் பதவிக்காலம் முடிந்தபின் ஆடன் ஐக்கியநாடுகளின் கல்வி, அறிவியல் மற்றும் பண்பாடு அமைப்பின் குழுவில் சேர்ந்து நீர்த்தேக்கம் தூண்டும் நிலநடுக்கம் பற்றிய ஆய்வு செய்வதற்காக கொய்னா அணைபற்றி

ஆராய்ந்தார். இக்குழுவில் டாக்டர் ஆடன், பேராசிரியர் எஸ். இகமோடோ (ஜப்பான்) மற்றும் பேராசிரியர் ஐ.ஈ. கூபின் (ரஷ்யா) ஆகியோர் இருந்தனர். நீர்த்தேக்கம் தூண்டும் நிலநடுக்கம் என்ற கருத்தில் இக்குழுவினருக்கு நம்பிக்கை ஏற்படவில்லையெனத் தோன்றுகிறது. ஏனெனில், இவர்கள் தமது அறிக்கையில், நீர்த்தேக்கம் நிறைவதற்கும் நிலநடுக்கங்கள் ஏற்படுத்துவதற்கும் உள்ள தொடர்பைப் பற்றி ஏதும் குறிப்பிடவில்லை.

கொய்னா பகுதியில் நிலநடுக்கம் உண்டாவதன் காரணத்தை- நீர்த்தேக்கம் நிறைவதால் ஏற்படுகிற நிலநடுக்கம் என்றோ அல்லது அவ்வாறன்றி ஏற்படும் நிலநடுக்கம் என்றோ - விளக்குவது கடினமான செயலாகும். ஏனெனில், அங்கு மண்ணியலார் பாறை இடைமுறிவுகள் உள்ளதாகக் கண்டுபிடிக்கவில்லை. இடைமுறிவே இல்லையெனில் தண்ணீர் போய் எப்படி இடப்பெயர்ச்சி செய்ய முடியும்? கொய்னா போன்ற எரிமலைக் குழம்பினாலான பாறைகளில் இடைமுறிவைக் கண்டுபிடிப்பது மிகக் கடினமாகும். ஏனெனில், இடைமுறிவின் இரு பக்கங்களிலும் உள்ள பாறைகள் ஒரே மாதிரியுள்ளன. ஒரு குறுகிய, நீளமான பகுதியில் பாறைகள் நசுங்கிச் சிதைந்திருந்தால் இடைமுறிவைக் கண்டுகொள்ள இயலும். ஆனால் இடப்பெயர்ச்சியைக் கணிக்க இயலாது. அங்கு கிடைத்த சில சான்றுகள் உறுதியானவை என்று கூற இயலாது. இன்னும் சில இடங்களில் வெகு ஆழத்திலுள்ள இடைமுறிவு பூமியின் மேற்பரப்பில் தெரியாமலிருக்கலாம். இதைக் கண்டுபிடிக்க நில இயற்பியல் முறைகளை மேற்கொள்ள வேண்டும்.

1968இல் இந்தியாவில் முதன்மையான நிலநடுக்க நிபுணர் டாக்டர் ஏ.என். டான்டன் பெரிய நிலநடுக்கத்தைத் தொடர்ந்து வரும் அதிர்ச்சிகளின் குவிமையங்களை ஆராய்ந்தார். வடவட கிழக்கு—தென்தென்மேற்கு திசையில் நீண்டுள்ள ஒரு இடை முறிவுதான் கொய்னா நிலநடுக்கத்தின் காரணம் என்று கூறினார். எழுபதுகளில் ஹைதராபாத்திலுள்ள தேசிய நில இயற்பியல் ஆய்வு நிறுவனத்தினர் ரஷ்ய அறிவியலாருடன் சேர்ந்து ஒரு ஆராய்ச்சி மேற்கொண்டனர். பூமிக்கடியிலுள்ள படிவங்களைக் கண்டுணர நில இயற்பியல் முறைகளைப் பயன்படுத்தினர். பல நூறு கி.மீ. நீளநேர்கோட்டில் இம்முறையில் ஆய்வு செய்வது மிகக் கடினமாகும். பூமியில் ஆழமாகத் துளையிட்டு அதன் அடியில் வெடிவைத்து, இதனால் உண்டாகும் நிலநடுக்க அலைகளைப் பல இடங்களில் கருவிகளால் அளந்து, அலைகளின் வேகத்தைக் கணித்து, அதிலிருந்து பூமியின் மண்ணியல் அமைப்புகளைக்

கணிக்கலாம். தேசிய நில இயற்பியல் ஆய்வு நிறுவனத்தின் குழு டாக்டர் டான்டன் கூறிய கருத்தை உறுதிப்படுத்தியது. ஆனால் இடைமுறிவின் திசை வடவடமேற்கு—தென்தென்கிழக்கு என்றனர். இருந்தாலும் இந்த இடைமுறிவு பூமியின் மேற்பரப்பில் தென்படவில்லை.

மகாராஷ்டிராவில் ஏற்பட்ட கில்லாரி நிலநடுக்கம் (1993) பல விதங்களில் தனித்தன்மை வாய்ந்ததாகும். இதனருகே பெரிய நீர்த்தேக்கம் இல்லாததால் முதலில் இந்த நிலநடுக்கம் பற்றி விளக்குவது மிகக் கடினமாக இருந்தது. ஆனால் சிலர் ஜெயக்வாடி, மகானி மற்றும் உஜனி என்ற மூன்று சிறு நீர்த்தேக்கங்களின் அழுத்தம் ஒன்று சேர்ந்து இந்த நிலநடுக்கத்தை உண்டாக்கியது என்று சிலர் கூறினர். ஆனால் இந்த நீர்த்தேக்கங்கள் உள்ள பகுதிகளில் நிலஅதிர்ச்சி தொடர்பான ஆதாரங்கள் எதையும் தர இயலாமல் போனதால் இக்கருத்தை ஏற்க இயலவில்லை.

கில்லாரிக்கருகில் தெரிந்த இடைமுறிவு ஏதும் இல்லாததால், அது பற்றிய ஆய்வு மேற்கொள்ளப்பட்டது. இந்த இடமும் கொய்னா போன்று எரிமலைக் குழம்புகளாலான படிவங்களைக் கொண்டது. இங்கு புவியீர்ப்பு விசையில் ஒழுங்குமீறிய பகுதி தென்பட்டது. இந்த ஆய்வில் ஒரு இடைமுறிவு இருப்பது கண்டு பிடிக்கப்பட்டது. இது குருதுவாடி இடைமுறிவு எனப்படுகிறது. இது பூமியின் மேற்பரப்பில் தென்படவில்லை. இந்த ஆழமான இடைமுறிவு 1973ஆம் ஆண்டு தேசிய நில இயற்பியல் ஆய்வு நிறுவனம் மேற்கொண்ட ஆய்வில் தென்பட்டது. இது மீண்டும் உயிர்பெற்று கில்லாரி நிலநடுக்கத்திற்கு விளக்கம் அளித்துள்ளது. பத்தொன்பதாம் நூற்றாண்டிலிருந்தே இந்திய சுற்றாய்வகம் புவியீர்ப்பு நிலப்படம் உருவாக்கி வருகிறது. குருதுவாடியில் காணப்பட்ட புவியீர்ப்பு மாறுபாடு இன்று நேற்று ஏற்பட்டதல்ல. ஆனால் இந்த இடைமுறிவு நில்நடுக்கத்தை ஏற்படுத்தக் கூடியதென்று எவரும் எதிர்பார்க்கவில்லை.

புவியீர்ப்பு விசை பூமியின் வடிவத்தைக் கணிக்கவும், மலைகளின் விசித்திரப் போக்கை விளக்கவும், மறைந்துள்ள இடைமுறிவைக் கண்டுபிடிக்கவும் மட்டும் பயன்படவில்லை. புவியீர்ப்பு விசை இன்று ஒலிம்பிக் பந்தயங்களிலும் முக்கிய இடம் வகிக்கிறது. ஈட்டி எறிதல், சம்மட்டி எறிதல், குண்டு எறிதல் மற்றும் நீளம் தாண்டுதல் ஆகிய பந்தயங்களில் துல்லியமாகக் கணக்கிடப் பயன்படுகிறது. துருவத்தில் திருத்தக்கூறு +0.003043 ஆகவும் நிலநடுக்கோட்டில் –0.002143 ஆகவும் உள்ளது. ஒலிம்பிக்

போட்டிகள் எதிர்காலத்தில் மிகவும் தொழில்முறையாக ஆகி விட்டால் ஒவ்வொரு குழுவுடனும் ஒரு மண்ணியலாரோ அல்லது நில இயற்பியலாரோ அழைத்துச் செல்லப்படலாம்—புவியீர்ப்பின் திருத்தத்தைச் சரியாகக் கணக்கிடுவதற்காக.

கில்லாரி நிலநடுக்கத்திலிருந்து பழைய மரபுப்படிக் கட்டிடம் கட்டும் முறைகளிலுள்ள குறைகளைக் காண முடிகிறது. ரிச்டர் கூறுவதாவது:

> நிலநடுக்கத்தினால் ஏற்படுகின்ற உயிர்ச்சேதமும் பொருட் சேதமும் முக்கியமாக வீடுகள் இடிந்து விழுந்ததன் காரணத்தால் ஏற்பட்டவை. இந்நிலை இன்றும் தொடர்கிறது; பல நூற்றாண்டுகளுக்குப் பின்னரும் வீடுகட்டும் முறைகள் மாறாமல் அப்படியே இருப்பது சமுதாயத்தின் சடத்துவத் தைக் காட்டுகிறது. குறிப்பாக, இது பழமையான நாகரிக மையங்களின் இயற்கையாகும். 1857இல் இத்தாலியின் கட்டிடங்களைப் பார்த்து மால்லே எப்படி விவரித்தாரோ, அதே நிலையைத்தான் 1930 நிலநடுக்கத்தை ஆய்ந்தவர்களும் கண்டனர். லத்தீன் அமெரிக்காவில் இன்றும் வீடுகளிலும் பெரிய கட்டிடங்களிலும் சுடாத செங்கற்கள் காணப் படுகின்றன. ஜப்பானில் மரபைப் பின்பற்றுவதால், ஜப்பானியக் கட்டுமான முறைகளை மாற்றுவது எளிதல்ல என்றாலும், நிலநடுக்க அபாயம் அதிகம் இல்லாத வட ஐரோப்பாவின் கட்டுமான முறைகளைப் பின்பற்றியதால் தேவையற்ற சேதம் ஏற்பட்டுள்ளது.

கட்டிடத்தில் பயன்படுத்தும் காரையின் குறை பற்றி ரிச்டர் கூறியதாவது:

> கலிபோர்னியாவில் வீடுகட்டுவதற்குப் பயன்படும் காரை எவ்வளவு மோசமாக இருந்திருக்கிறது என்றால், பல நிலநடுக்கங்களுக்குப் பின் சேதமடைந்த வீடுகளிலிருந்து செங்கற்களை அப்படியே எடுத்து விடலாம். அவற்றில் ஒட்டியிருக்கும் காரையை நீக்குவதற்காக நீரைப் பீய்ச்சி, செங்கற்களை எடுத்து அவற்றை மீண்டும் புதியவை போல விற்பனை செய்து விடலாம். இப்போது நல்ல காரையைப் பயன்படுத்துகிறார்கள் என்றாலும்கூட, பொதுவாக, விரைவாக கட்டுவதால் காரை முழுவதுமாக ஒட்டுவதில்லை.

கில்லாரியில் ஏற்பட்ட அவலம் நிலநடுக்கத்தினால்

ஏற்பட்டதல்ல; மாறாத பழமை வழிமுறைகளால் ஏற்பட்டதாகும். நிலநடுக்கத்தின் அளவு ரிச்டர் அளவுகோலில் 5தான். ஆயினும் அதிகச் சேதம் ஏற்பட்டது, கற்கட்டிடங்கள் விழுந்ததால்தான். கற்களுக்கிடையே மண்ணாலான காரை பயன்படுத்தப்பட்டுள்ளது. பல வீடுகளில் அதுவும் இல்லை. இவ்வாறு தவறான முறையில் வீடுகள் கட்டப்பட்டதற்கு பழமையான மரபு மட்டும் காரணமல்ல, ஆனால் அங்குள்ள மக்களின் பொருளாதார வசதி அந்த அளவில்தான் உள்ளது. சிமெண்ட் கான்கிரீட்டால் கட்டப்பட்ட வீடுகள் தாக்குப் பிடித்துக் கொண்டன. இந்திய நிலநடுக்க நிபுணர்களைக் குற்றம் கூறிப் பயனில்லை. ஏனெனில் இத்தகைய அபாயங்கள் புத்தகங்களில் நன்கு விளக்கப்பட்டுள்ளன. கிராம வளர்ச்சியைக் கவனிப்பவர்களுக்கு இந்த விபரங்கள் தெரிவிக்கப்படவில்லையென்றும் சொல்லமுடியாது. துரதிருஷ்டம் என்னவெனில், நிலநடுக்கம் அந்த இடத்தில் எதிர்பார்க்கப்படாதது. மேலும், கட்டிடங்கள் பற்றிய விபரங்களைக் கிராம மக்கள் மறந்து விட்டிருக்கலாம். இதுவரை பாதுகாப்பான கட்டிடங்கள் கட்டும் முறையை இந்தியாவில் நடைமுறைப்படுத்தும் வழி ஏற்படவில்லை.

மேற்குக் கடற்கரையிலுள்ள இடைமுறிவு நீண்டகாலமாக அறியப்பட்டுள்ளது என்றாலும் இதுபற்றி இப்போது அதிகம் பேசப்படுகிறது. இது கட்ச் முதல் கன்னியாகுமரிவரை கடற்கரைக்கு இணையாக நீண்டுள்ளது. ஐம்பதுகளின் துவக் கத்தில் வெளிவந்த புத்தகங்கள் இந்த இடைமுறிவு பற்றிக் குறிப்பிட்டாலும், மும்பையில் இது நிலநடுக்கம் ஏற்படுத்தவல்லது என்று யாரும் கருதவில்லை. ஆனால், மும்பைக் கடற்கரையில் நீரில் மூழ்கியுள்ள காடுகளில் இடப்பெயர்ச்சி ஏற்படுகிறது என்பதை அண்மைக்கால மண்ணியல் ஆய்வில் காணப்பட் டுள்ளது. மேற்குத் தொடர்ச்சி மலை நிலம் உயர்ந்ததன் ஆதார மாகக் கொள்ளப்பட்டுள்ளது. அரபிக்கடல் பகுதி இந்த இடை முறிவில் கீழே இறங்கிவிட்டதாகக் கொள்ளப்படுகிறது. எட்வின் ஹெச். பாஸ்கோ எழுதிய நூலில் (இந்தியா மற்றும் பர்மாவின் மண்ணியல் தொகுப்பு, பகுதி 3, பக்கம் 1909, ஆண்டு 1973) மேற்குக் கடற்கரையோரமாக ஏற்பட்டுள்ள பல மேடுகளையும் பள்ளங் களையும் பற்றிக் குறிப்பிட்டுள்ளார். குறிப்பாக மும்பைப் பகுதி பற்றி அவர் எழுதியதாவது:

> மும்பைத் தீவின் மேற்குப் பகுதியில் மேடுகளும், கிழக்கில் பள்ளங்களும் இருப்பதற்கான சான்றுகளை நாங்கள்

கண்டோம். புதைந்து கிடக்கும் மரங்கள் வேர் பிடித்திருக்கும் பரப்பு இப்போது அலைகள் உயர்ந்து அடையும் மட்டத்திலிருந்து சுமார் 40 அடி (12மீ) கீழேயுள்ளது. இந்த அளவுக்குப் பள்ளம் ஆகியிருப்பது தெரிகிறது. இங்கு வடக்கு-தெற்கு திசையில் ஒரு சரிவு ஏற்பட்டுள்ளது தெரியவருகிறது. காடு நிறைந்த கடலோர சமநிலத்தின் குறுக்கே ஆற்றுப் புகுமுகம் கீழே இறங்கியும் கிழக்கு நோக்கிச் சாய்ந்தும் இருக்கிறது. அதாவது மும்பைத் தீவுப் பகுதி உயர்ந்தும் மும்பைத் துறைமுகப் பகுதி நீரில் மூழ்கியும் உள்ளது.

5

முன்னுரைத்தல்

அளவுக்கு மீறிய அழுத்தத்தில் பாறைகள் நொறுங்கிவிடுமென்று, பாறைச் சிதைவு பற்றிய விதி வெளிவருவதற்கு வெகுகாலம் முன்னரே அறிவியலாருக்குத் தெரிந்திருக்கிறது. 1910ஆம் ஆண்டு மண்ணியலார் ஹேரி ரெய்டு என்பவர், பாறை இடைமுறிவில் தேங்கியுள்ள அழுத்தத்தை அளந்து அதன்மூலம் நிலநடுக்கம் எங்கே, எப்போது ஏற்படும் என்று கணக்கிடலாம் என்று கூறினார். ஆனால், அந்தக் காலகட்டத்தில் இதை எப்படிச் செய்வது என்பது பிரச்சினையாக இருந்தது: பல நூறு கி.மீ. நீளமான இடைமுறிவில் அழுத்தத்தை அளப்பதற்கான கருவிகளும் பணமும் இருக்க வில்லை. நிலநடுக்கத்தை முன்மதிப்பிடும் எண்ணம் ரஷ்யாவிலுள்ள சைபீரியாவின் கார்ம் பகுதியில் 1949இல் நிலநடுக்கம் வரும்வரை அடங்கிக் கிடந்தது. நிலநடுக்கத்தின் காரணமாக ஏற்பட்ட பனிச்சரிவினால் கைட் என்ற கிராமம் முழுவதுமாக அழிந்து விட்டது. சுமார் 12,000 பேர் உயிரிழந்தனர். ரஷ்ய அறிவியலார் குழு ஒன்று நிலநடுக்கத்தின் பாதிப்புகளைப் பற்றி மட்டுமன்றி, நிலநடுக்கம் வருவதற்கு முன் தென்பட்ட அறிகுறிகளைப் பற்றியும் ஆய்வு செய்தது. இந்த ஆய்வு சுமார் 20 ஆண்டுகள் தொடர்ந்தது. 1971இல் நடைபெற்ற சர்வதேச அறிவியலார் கருத்தரங்கில் ரஷ்ய அறிவியலார் ஆய்வின் முடிவுகளை வெளியிட்டனர். இயற்கை யான நிலநடுக்கம், சுரங்கவெடி மற்றும் அணுகுண்டு பரி சோதனைகளின் நிலஅதிர்வுளைக் கண்காணித்து, அளந்து, அவற்றைக் கொண்டு பெரிய நிலநடுக்கம் பற்றி முன்னுரைக்க முடியும் என்பது அவர்கள் கூறிய முக்கியக் கருத்தாகும்.

P அலைகள் S அலைகளைவிட வேகமானவை என்பதால் அவை முதலில் நிலநடுக்கக் கருவியை வந்தடையும். P மற்றும் S அலைகள் வந்துசேரும் நேர இடைவெளியை ‘முன்னீட்டு நேரம்’

எனலாம். பெரிய நிலநடுக்கம் வருவதற்கு முன்னர் முன்னீட்டு நேரம் வெகுவாகக் குறைவதாக ரஷ்ய அறிவியலார் கண்டு பிடித்தனர். நிலநடுக்கம் வருவதற்குச் சற்றுமுன் முன்னீட்டு நேரம் முன்புபோல் சாதாரண நிலையாகிவிடும். நிலநடுக்க அலைகளின் வேகத்தில் நீண்டகாலம் முரண்பாடு இருந்தால் மிகப் பெரிய நிலநடுக்கம் வரக்கூடும். பாறைகளின்மீது அழுத்தம் ஏற்படும்போது நிலநடுக்க அலைகளின் வேகம் மாறுபடும் என்பது 1960 முதல் தெரிந்திருந்தது. அமெரிக்க மண்ணியலாரான வில்லியம் புரூஸ் தலைமையில் அமைக்கப்பட்ட குழு ஒன்று நொறுங்கும் நிலையில் உள்ள பாறையின் இயற்தன்மை மிகவும் மாறுபடுகிறது என்று கண்டனர். மின்சாரம் கடந்து செல்வதை எதிர்க்கும் தன்மை அதிகமாகிறது. ஆனால் நிலநடுக்க அலைகளின் வேகம் குறைந்து விடுகிறது. பாறையில் அழுத்தத்தின் காரணமாகப் பல்லாயிரக் கணக்கான நுண்ணிய வெடிப்புகள் ஏற்படுவதால் பாறை விரிவடைகிறது. பாறை விரிவடைவது நிலநடுக்கம் வருவதன் அறிகுறியாகும் என்று புரூஸ் கூறினார். ஆனால் அந்நேரத்தில் கருவியைக் கொண்டுவந்து அளப்பது எவராலும் முடியாத செயலாகும். ஆகவே, இக்கருத்து கைவிடப்பட்டது.

ரஷ்ய அறிவியலாரின் ஆய்வைத் தொடர்ந்து அமெரிக்காவில் கொலம்பியா பல்கலைக்கழகத்தின் மண்ணியல் ஆய்வுக் கூடத்தின் நிலநடுக்க ஆய்வுக்குழுவின் தலைவரான லின் சைக்ஸ் என்பவர் யஷ் அகர்வால் என்ற தன் மாணவரை அனுப்பி மேற்கு வெர்மாண்ட் பகுதியிலுள்ள அதிரோண்டக் என்ற இடத்தில் நிலநடுக்கக் கருவிகளால் பதிவு செய்யப்பட்ட நிலநடுக்கங்களை ஆராய்ந்து அலைகளின் வேகத்தில் காணப்படும் முரண்பாடு களைப் பற்றி அறிந்து வரச் செய்தார். 1973ஆம் ஆண்டு ஒரு குறிப்பிட்ட நாளில் நிலநடுக்கம் எந்த நேரத்திலும் வருவதற்கான அறிகுறிகள் காணப்படுவதாகத் தொலைபேசியில் தெரிவித்தார். அவர் காலை சிற்றுண்டிக்காக அமர்ந்தபோது நிலஅதிர்ச்சி தாக்கியது. அதே வருடம் கலிபோர்னியா தொழில்நுட்ப நிறுவனத்தில் ஜேம்ஸ் விட்கோம், ஜான் கார்மனி மற்றும் மான் ஆடர்சன் ஆகியோரும் இது போன்ற புள்ளி விபரங்களைக் கொண்டு நிலநடுக்கங்களை முன்னுரைத்தனர். டைம் என்ற அமெரிக்க வாரப்பத்திரிகை 1975 செப்டம்பர் முதல் நாளன்று இவ்வாறு அறிவித்தது:

சுமார் நூறு மண்ணியலார் தமது மாதாந்திரக் கூட்டத்திற்காக

கலிபோர்னியாவில் ஒரு கழகத்தில் வந்து சேர்ந்தபோது எப்போதும்போல வம்புப் பேச்சை எதிர்பார்த்தனர். ஆனால் அதற்குப் பதிலாக அங்கு அறிவியலின் ஒரு வரலாறு உருவாக்கப்பட்டதைக் கண்டனர். அமெரிக்க மண்ணியல் ஆய்வகத்தின் நிலநடுக்க ஆராய்ச்சி மையத்தைச் சேர்ந்த நிலநடுக்க ஆய்வாளர் மால்கம் ஜான்ஸ்டன் என்பவர் நிலநடுக்கம் நிறைந்த ஹோலிஸ்டர் பகுதியிலுள்ள சான் ஆன்டிரியாஸ் இடைமுறிவில் நிறுவப்பட்டிருந்த ஏழு நிலநடுக்கக் கருவிகளின் பதிவுகளை அப்போதுதான் ஆராய்ந்து முடித்திருந்தார். அப்பகுதியிலுள்ள இரு நிலநடுக்கக் கருவி நிலையங்களுக்கு இடைப்பட்ட பகுதியின் காந்தவிசை திடீரென்று ஏறி, பிறகு ஒருவார காலமாக மெதுவாகக் குறைந்திருப்பதாகக் குறிப்பிட்டார். மேலும், நிலத்தின் மேற்பரப்பு சிறிது சாய்ந்திருந்தது. இம்மாறுதல்கள் நிலநடுக்கம் வருவதற்கு முன் தென்படும் அறிகுறிகள் எனக் கூறினார். ஜான் ஹீலி என்ற அறிவியலார், சுமார் 5 ரிச்டர் அளவுள்ள நிலநடுக்கம் ஹோலிஸ்டரில் ஏற்படலாம் என்று உறுதியாகக் கூறினார். எப்போது என்று கேட்டதற்கு, “நாளையே வந்தாலும் வரலாம்” என்றார்.

மறுநாள் மாலை 1974 நவம்பர் 28 அன்று, ஹோலிஸ்டரின் மக்கள் நன்றி தெரிவிக்கும் நாளின் இரவு உணவுக்காக அமர்ந்திருந்த வேளையில் நிலநடுக்கம் வந்தது. சுமார் 2 வினாடி நீடித்த நிலநடுக்கம் ரிச்டர் அளவில் 5.2 ஆக இருந்தது. சேதம் அதிகமில்லை. ஆனால் அதன் விளைவு நிலநடுக்க உலகில் எதிரொலிக்கிறது. ஹோலிஸ்டர் நில நடுக்கத்தைத் துல்லியமாகக் கணித்ததிலிருந்து அறிவியலார் நிலநடுக்கத்தின் அளவு, இடம் மற்றும் நேரத்தை முன் கூட்டியே கணிப்பதில் வெற்றி மேடைக்கு மிக அருகில் வந்துவிட்டனர் எனக் கூறலாம்.

சோவியத் நிலநடுக்க ஆய்வியலரான S.A. பெடோடோவ் வேறொரு முறையைக் கையாண்டார். அவர் 1904 முதல் 1963 வரை வட ஜப்பானில் நிகழ்ந்த 12 பெரிய நிலநடுக்கங்களின் பதிவுகளை ஆராய்ந்தார். ஒவ்வொரு நிலநடுக்கத்திலும் பாதிக்கப் பட்ட நிலப்பரப்புகளை நிலப்படத்தில் குறித்தார். அவை ஒன்றுக்கு மேல் ஒன்று பரவாமல் காணப்பட்டன. ஆழமான வெடிப்புகள் சிதைவுற்ற பகுதிகளின் இரு முனைகளிலும் தடுத்து நிறுத்தப்

பட்டதுபோல் தென்பட்டன. ஒவ்வொரு பெரிய நிலநடுக்கமும் அந்தந்தப் பகுதியில் சுமார் 39 வருட இடைவெளிக்குப் பின் ஏற்பட்டுள்ளது. இவற்றுக்கிடையே உள்ள பகுதிகளில், பல காலமாக அமைதியாக இருந்த இடங்களில் எந்நேரத்திலும் நிலநடுக்கம் ஏற்படலாம் என்று அவர் கண்டுபிடித்தார். அதேபோல், குரைல் தீவில் மூன்று இடங்களில் நிலநடுக்கங்கள் ஏற்பட்டன. இவ்வாறு 'நிலநடுக்க இடைவெளி' பற்றிய கருத்து வளர்ந்தது.

இக்கருத்தைப் பின்பற்றிய டோக்கியோவின் டாக்டர் கியோ மோகி என்பவர் ஜப்பானில் நிகழவிருந்த சில நிலநடுக்கங்களைக் கண்டு முன்னுரைத்தார். டெக்ஸாஸ் பல்கலைக்கழகத்தின் கடற்துறை அறிவியல் நிறுவனத்தில் பணிபுரிந்த மூன்று நில இயற்பியலாளர்களான மசகாசு ஓடாகே, டோசிமாட்டு மாட்டு மோடடோ மற்றும் கேரி.வி. லதாம் ஆகியோர் எழுதிய ஒரு கட்டுரையில் தென் மெக்சிகோவிலுள்ள பியூரிடோ ஏஞ்சல் என்ற நகரின் அருகே நிலநடுக்கம் ஏற்படலாமென்று குறிப்பிட்டனர். இது 'நிலநடுக்க இடைவெளி' கருத்தைப் பின்பற்றியது. 1978 நவம்பர் 29 அன்று எதிர்பார்க்கப்பட்ட பகுதியிலிருந்து ஒரு கிலோ மீட்டருக்குள்ளேயே ரிச்டர் அளவுகோலில் 7.9 அளவிலான நிலநடுக்கம் தாக்கியது. ஆயிரக்கணக்கானோர் உயிரிழந்தனர்.

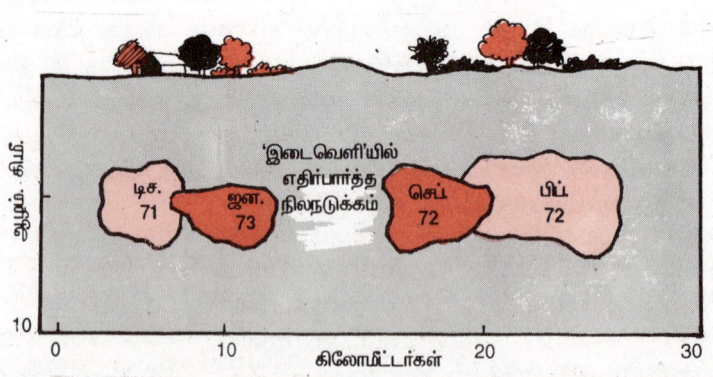

படம் 32: கலிபோர்னியாவில் உள்ள சான் ஆண்டிரியாஸ் இடை முறிவுனூடே 4 கி.மீ. நீளமான நிலநடுக்க இடைவெளி கண்டறியப் பட்டது. அங்கு எதிர்பார்த்தபடியே ஒரு நிலநடுக்கம் ஏற்பட்டது.

எச்சரிக்கையை எவரும் பொருட்படுத்தாததால் உயிர்ச்சேதத்தைத் தடுக்க எந்த நடவடிக்கையும் மேற்கொள்ளப்படவில்லை. நிலநடுக்க இடைவெளித் தத்துவம் மூலமாக முன்னுரைக்கப்பட்ட நிலநடுக்கம் சான் ஆன்டிரியாஸ் இடைமுறிவிலும் நிகழ்ந்தது (படம் 32).

நிலநடுக்க இடைவெளியை விரிவாகக் காட்டும் நிலப்படம் ஒன்று உருவாக்கப்பட்டுள்ளது (படம் 21). மலேசியாவிலிருந்து தென்அமெரிக்காவின் தென்முனைவரை, ஜப்பான், அலாஸ்கா, மெக்சிகோ உட்பட பசிபிக் பெருங்கடலைச் சுற்றி இப்படம் அமைந்துள்ளது. இதில் குறிக்கப்பட்டுள்ள இடங்கள்: சுமார் 100 ஆண்டுகளுக்கு முன் நிலநடுக்கம் நிகழ்ந்த இடங்கள்; 30க்கு முன் 100 ஆண்டுகளுக்குள் நிலநடுக்கம் வந்த இடங்கள்; வரலாற்றில் இதுவரை நிலநடுக்கம் வராவிட்டாலும் பெரிய நிலநடுக்கம் வரக்கூடிய இடங்கள்; வரலாற்றில் இதுவரை நிலநடுக்கம் வராவிட்டாலும் சிறு நிலநடுக்கம் வரக்கூடிய இடங்கள்; கடந்த 30 ஆண்டுகளுக்குள் நிலநடுக்கம் நிகழ்ந்த இடங்கள். இப்புள்ளி விபரங்களிலிருந்து நிலநடுக்கம் வரலாம் என முன்னுரைக்கப்பட்ட இடங்கள் ஜப்பானில் ஹொக்கைடோ தீவில் அருகருகே அமைந் துள்ள இரு இடங்கள், ரஷ்யாவில் காம்சாட்கா தீபகற்பம், மெக்சிகோவின் மேற்குக் கடற்கரை மற்றும் பெரு நாட்டில் சிக்குயன் ஆகிய இடங்களாகும்.

நிலநடுக்க முன்னுரைத்தல் சீனாவில் மிகப்பெரிய அளவில் மேற்கொள்ளப்பட்டது. 1966இல் நிலநடுக்கத்தை எதிர்த்துப் போர்க்கொடி உயர்த்தப்பட்டது. 'முன்னெச்சரிக்கையின்றி ஒருநாள் இருப்பதைவிட நிலநடுக்கம் இல்லாமல் ஆயிரம் நாட்கள் இருப்பதுமேல்' என்று முழக்கமிடப்பட்டது. 1974 இல் எம்.ஐ.டியின் மண்ணியலார் பிராங்க் பிரஸ்ஸின் தலைமையில் அமெரிக்க அறிவியலார் சீனா சென்றனர். பயிற்சி பெற்ற சுமார் 10,000 நிலநடுக்க நிபுணர்கள் 17 மையங்களில் இருந்து பணியாற்றுவதைக் கண்டனர். இவர்கள் 250 நிலநடுக்க நிலையங்களிலிருந்தும் 5,000 மற்ற இடங்களிலிருந்தும் கிடைக்கும் விபரங்களை ஆராய்ந்தனர். கிணறுகளின் நீர்மட்டம் மற்றும் கதிரத்தின் அளவுகளை அடிக்கடி அளந்து கண்காணித்தனர். நிலநடுக்கம் வரும் முன் கிணறுகளி லிருந்து கதிரவாயு வெளிப்பட்டது. மேலும், ஆயிரக்கணக்கான ஆர்வலர்கள் - குறிப்பாக பள்ளி மாணவர்கள் நிலநடுக்கம் பற்றிய புள்ளிவிவரங்களைச் சேகரித்தனர். விலங்குகளின் நடத்தையும் கண்காணிக்கப்பட்டது. பூமியின் காந்தவிசையில் ஏற்படும் மாற்றங்களும் தொடர்ந்து அளக்கப்பட்டது. நிலப்பரப்பின் சாய்வும்

அடிக்கடி அளக்கப்பட்டது. இதுபோன்ற பல்வேறு ஆய்வுகளைக் கொண்டு சீனாவின் வடகிழக்குப் பகுதியான லயோனிங்கின் ஆட்சியாளர்கள் மிகக் கவனமாக இருந்தனர். 1975 பிப்ரவரி 4 காலை ஒரு மிதமான முன்னதிர்ச்சி ஹைசெங் நகரத் தாக்கியது. மதியம் 2 மணிக்கு மக்களுக்கு எச்சரிக்கை விடப்பட்டது. மருத்துவமனைகளிலிருந்து நோயாளிகள் வெளியேற்றப்பட்டனர். ஆபத்தைத் தவிர்ப்பதற்கான அணிகள் அமைக்கப்பட்டன. ஆறுமணி நேரத்துக்குள் 7.3 ரிச்டர் அளவிலான மிக அபாயகர மான நிலநடுக்கம் தாக்கியது. ஆனால் ஒரு லட்சம் மக்கள் காப்பாற்றப்பட்டனர்.

நிலநடுக்கம் தாக்கிய அன்று மாலை 6 மணிக்கு குவான்டன் கிராம மக்களுக்கு இவ்வாறு அறிவிக்கப்பட்டதாக 'நிலநடுக்க எல்லை' என்ற பத்திரிகை வெளியிட்டது:

> அரசின் கணிப்புப்படி ஒரு வலிமைவாய்ந்த நிலநடுக்கம் இன்று இரவு வரக்கூடும். மக்கள் அனைவரும் தம் வீடுகளை விட்டு வெளியேறிவிடவேண்டும். எல்லாப் பிராணிகளும் தொழுவங்களிலிருந்து வெளியேற்றப்பட வேண்டும்.

மக்களை வீடுகளிலிருந்து வெளியேற்றுவதற்காக, திறந்த வெளியில் திரைப் படங்களும் திரையிடப்படும் என்று அறிவிக்கப் பட்டது. கட்டுரையில் இவ்வாறு எழுதப்பட்டது.

> "அறிவிப்பு செய்யப்பட்டதும் பல ஆண்களும் பெண்களும் தம் முழுக் குடும்பத்துடன் வெளியே வந்து கூடினர். முதல் சினிமா முடியும் நேரத்தில் சுமார் 7.3 அளவுடைய பெரிய நிலநடுக்கம் தாக்கியது. மின்னல் அடித்தது. இடி போன்ற ஒலி பூமியிலிருந்து வெளிப்பட்டது. பல வீடுகள் உடனே அழிந்துவிட்டன. கிராமத்தைச் சேர்ந்த 2000 பேரில் எச்சரிக்கையைப் பொருட்படுத்தாமல் பிடிவாதமாக இருந்தவர்கள் மட்டுமே காயமுற்றனர் அல்லது உயிரிழந்தனர். மற்ற அனைவரும் பிழைத்தனர். ஒரு விலங்குகூடக் கொல்லப்படவில்லை.

விலங்குகள் விநோதமாக நடந்து கொள்வதிலிருந்து நிலநடுக்கத்தை முன்னறிதலில் சீனர்கள் முன்னோடிகளாகக் கருதப்படுகின்றனர். குறிப்பாக, 1975 பிப்ரவரியில் நிகழ்ந்த ஹைசெங் நிலநடுக்கத்தை துல்லியமாக ஊகம் செய்து பல்லாயிரக் கணக்கான உயிர்கள் காப்பாற்றப் பட்டதிலிருந்து சீனர்கள்

முன்னோடிகளாகக் கருதப் படுகின்றனர். ஆனால் இதற்கு முன்பே பல நாடுகளிலும் விலங்குகளின் முரண்பாடான நடத்தைகள் கவனிக்கப்பட்டுள்ளன.

மனித இனத்துக்கு இல்லாத ஒரு உணரும் தன்மை விலங்குகளுக்கு உள்ளது என்பது சந்தேகத்துக்கிடமின்றி இன்று நிரூபிக்கப்பட்டுவிட்டது. உலகின் பல்வேறு பாகங்களிலிருந்தும் வேடந்தாங்கல், பரத்பூர் போன்ற இடங்களுக்கு எந்தவித வழிகாட்டலுமின்றி, ஆண்டு தவறாமல், அதே இடத்துக்குப் பறவைகள் தாமாகவே பறந்து வந்து சேர்வது சிறந்த எடுத்துக் காட்டாகும். மிகவிரைவாகப் பறக்கும் வௌவால் இருட்டில் கூட எதிரே வரும் இடர்பாடுகளைக் கண்டுபிடிப்பது நமது ராடார் கருவிகளைவிடச் சிறப்பாகவுள்ளது. விலங்குகள் குளிர்காலம் முழுவதும் 'செறிதுயில்' என்னும் தூக்கத்தில் ஆழ்ந்து கொள்வது அவற்றின் உடலில் எப்படிப்பட்ட கடிகாரம் உள்ளதோவென்று வியப்படைய வைக்கிறது. மருத்துவமனையில் பிறந்த குழந்தை களுக்கு அடையாளச் சீட்டு மாட்டி வைப்பது போல் வௌவால் களுக்கும் சீல் பிராணிக்கும் தம் குட்டிகளை அடையாளம் கண்டுகொள்ள எதுவும் தேவை இல்லை. வௌவால்கள் 1000 ஒலிகளிலிருந்து ஒரு குறிப்பிட்ட ஒலியைக் கண்டுகொள்ளும். இவை மிகச்சில உதாரணங்கள்தான்.

சீனர்கள் நிலநடுக்கங்களின் மேல் போர் முழக்கம் எழுப்பிப் பல ஆண்டுகளுக்குப் பின்னரும்கூட மற்ற நாட்டு அறிவியலார் விலங்குகளின் நடத்தையைக் கண்காணிக்கும் செய்திகளைப் பொருட்படுத்தவில்லை. 1969 கோடையில் போஹாய் நிலநடுக்கம் வருவதற்குச் சற்று முன்பாக (1969 ஜூலை) டியன்ட்ஸின் மிருகக் காட்சி சாலையில் அன்னப்பட்சிகள் திடீரென்று தண்ணீரிலிருந்து வெளியேறின. மஞ்சூரியன் புலி இங்குமங்குமாக நடைபோடுவதை நிறுத்தியது. யாக் எருமையொன்று கீழே சாய்ந்து விட்டது. பாண்டா கரடிகள் தலையைக் கையில் பிடித்துக்கொண்டு அழுதன. ஆமைகள் நிம்மதியின்றிக் காணப்பட்டன. விலங்குகளின் இப்படிப்பட்ட நடத்தையை வரவிருக்கும் நிலநடுக்கத்துடன் இணைத்துப் பேசுவதை எவரும் பொருட்படுத்தவில்லை. ஆனால் ஹைசெங் நிலநடுக்கத்தை வெற்றிகரமாக ஊகம் செய்தது தெரியவந்ததும் (1975) உலக அறிவியலார் இக்கருத்தின் முக்கியத் துவத்தை உணர்ந்தனர். 1906இல் சான் ஆன்டிரியாஸ் இடை முறிவில் ஏற்பட்ட நிலநடுக்கத்தைப் பற்றி ஆராய்ந்த கலிபோர்னியா மாநில நிலநடுக்க ஆய்வுக் கமிஷன் குமாரி பின்னெட் தயாரித்த

குறிப்பின் தொகுப்பை இவ்வாறு அளித்தது:

> அதிர்ச்சி வருவதற்கு முன் குதிரைகள் ஊளையிட்டன... மாடுகீள் நெருக்கியடித்துக்கொண்டன... பால்கறக்கும்போது மாடுகள் அமைதியற்றுக் காணப்பட்டன... கால்நடைகள் நோவெடுத்து அலறின. நாய்கள் நிலநடுக்கம் வருவதற்கு முந்திய இரவில் ஊளையிட்டன.

இந்த நிலநடுக்கம் ஏற்பட்ட நேரத்தில் அமெரிக்க மண்ணியல் ஆய்வகத்தைச் சேர்ந்த பாரி ராலே சீனா சென்றிருந்தார். அவர் திரும்பியவுடன் 1974 நவம்பர் 28 அன்று கலிபோர்னியாவின் ஹோலிஸ்டரில் குதிரைகள் படபடப்பாக இருந்ததாகக் கேள்வி யுற்றார். “நாங்கள் சீனா சென்றடைந்தபோது விலங்குகளின் விநோதமான நடத்தை பற்றிய சந்தேகம் இருந்தது. ஆனால் அதில் ஏதோ இருக்கிறது” என்றார்.

புதிய ஆர்வத்தினால் அமெரிக்க மண்ணியல் ஆய்வகம் ‘நிலநடுக்கத்தின் முன் விநோதமான நடத்தை’ என்ற பொருளில் இரு மாநாடுகள் நடத்தியது. மாநாடுகளின் நடவடிக்கைகள் பிரசுரிக்கப்பட்டுள்ளன (1976, 1979). ஆஸ்டினில் உள்ள டெக்ஸாஸ் பல்கலைக்கழகம், கலிபோர்னியா பல்கலைக்கழகம். ஜப்பானின் டோக்கியோ பல்கலைக்கழகத்தின் நிலநடுக்க ஆராய்ச்சி நிறுவனம் ஆகிய நிறுவனங்களும் பல ஆராய்ச்சிகளை மேற்கொண்டுள்ளன.

இத்தலைப்பில் பல கட்டுரைகள் தலைசிறந்த அறிவியல் பத்திரிகைகளான ‘நில இயற்பியல் மற்றும் விண்வெளி இயற்பியல் ஆய்வுரைகள்’, ‘நில இயற்பியல் ஆராய்ச்சிக் கடிதங்கள்’, ‘அறிவியல் தொகுப்பு’, ‘நிலநடுக்கத் தகவல் வெளியீடு’ மற்றும் ‘அமெரிக்க நிலநடுக்க ஆய்வுக் கழகத்தின் செய்தி வெளியிடு’ ஆகியவற்றில் வெளியாகியுள்ளன.

கலிபோர்னியாவின் ஸ்டான்போர்டு ஆராய்ச்சி நிறுவனம் ‘நிலநடுக்கக் கண்காணிப்பு’ என்ற திட்டத்தின் கீழ் பல குழுக்கள் அமைத்துள்ளது. இவை சான் ஆன்டிரியாஸ் இடைமுறிவின் பல இடங்களில் சுமார் எழுபது வகை விலங்குகளின் நடத்தையைக் கண்காணிக்கின்றன. டாக்டர் பி.ஜி. தேஷ்பாண்டே உலகம் முழுவதிலும் நிலநடுக்கத்துடன் சம்பந்தப்பட்ட 87 வகை விலங்குகளின் பட்டியல் தயாரித்துள்ளார். இவற்றின் நடவடிக்கைகளைக் கொண்டு நிலநடுக்கத்தை முன்னறியலாம். அவற்றில் நகரங்களிலும் எளிதில் காணப்படும் விலங்குகள்: கரப்பான்பூச்சி, காகம், நாய், குரங்கு, வாத்து, கோழி, தவளை,

முன்னுரைத்தல் 83

ஆடு, குதிரை, எலி, கழுதை, பன்றி, புறா, சுண்டெலி, அணில், அன்னம் மற்றும் பாம்பு ஆகும்.

நிலநடுக்கத்தைக் கட்டுப்படுத்த முடியுமா?

1961இல் அமெரிக்காவில் டென்வர் நகரத்தினருகேயுள்ள ராக்கி மவுண்டன் மலைப்பகுதியில் படைக்கலச் சாலையில் நச்சுப்புகை உருவாக்கும்போது வெளியேறிய கழிவுநீரைப் பாதுகாப்பாகக் கழிப்பதற்காக 3670 மீ ஆழ துளையிட்டு அதற்குள் செலுத்தினர். அதன்பிறகு அப்பகுதியில் அடிக்கடி நிலநடுக்கம் ஏற்பட்டதால் இவ்வாறு செய்வது நிறுத்தப்பட்டது. இந்த நிலநடுக்கங்கள் டென்வர் அதிர்ச்சிகள் எனப்பட்டன. திரவத்தைச் செலுத்துவதன் மூலம் நிலநடுக்கம் ஏற்படலாம் என்ற கருத்தை உறுதிப்படுத்த அமெரிக்க மண்ணியல் ஆய்வகம் 1969 முதல் 1972 வரை ரங்லே என்ற பழைய எண்ணெய்க் கிணற்றுப் பகுதியில் பரிசோதனை நடத்தினர். நான்கு ஆழமான துளைகளில் திரவம் செலுத்தப் பட்டது. திரவம் செலுத்தப்பட்ட பின் நிலநடுக்கங்கள் ஏற்பட்டன. ஆனால் திரவத்தை வெளியேற்றிய பின் நிலநடுக்கங்கள் நின்று விட்டன. இதிலிருந்து தற்காலிகமாக நிலநடுக்கத்தை நிறுத்தி வைப்பதற்காக ஒரு வழி தெரிந்தது. திரவத்தைச் செலுத்தி நிலநடுக்கம் உண்டாக்குவதற்கு மற்ற சில இடங்களிலும் முயற்சிகள் மேற்கொள்ளப்பட்டன: நியூயார்க் அருகில் டி.டேல் (நீரைச் செலுத்தி உப்பு எடுத்தல்), இங்கல்வுட் எண்ணைக் கிணறுகள் (லாஸ் ஏஞ்சல்ஸ்), ஜப்பானிய தேசிய ஆராய்ச்சி மையம் மட்சுஷிரோ இடைமுறிவில் நடத்திய பரிசோதனை.

அமெரிக்க மண்ணியல் ஆய்வகத்தைச் சேர்ந்த நில இயற் பியலார் இடைமுறிவில் திரவத்தைச் செலுத்தியும் வெளியேற்றியும் செய்து பிற்காலத்தில் ஏற்படக்கூடிய நிலநடுக்கத்தைக் கட்டுப்படுத்த முடியுமென்று நம்புகின்றனர். இடைமுறிவில் 500 மீ. தூரத்தில் மூன்று ஆழமான துளையிட்டு, இரு பக்கமும் உள்ள துளை களிலிருந்து நீரை வெளியேற்றினால் சுற்றியுள்ள பாறைகளினூடே யுள்ள நீரின் அழுத்தம் குறைவதால் பாறைகள் வலிமை மிக்கதாகி விடுகின்றன. நடுவிலுள்ள துளையில் நீரை அழுத்தத்துடன் செலுத்தி, பாறைகளை நொறுங்கச் செய்யவேண்டும். இதனால் உண்டாகும் நிலநடுக்கம், சுற்றியுள்ள வலிமையான பாறைகளின் தடுப்பினால் நிறுத்தப்பட்டுவிடும். இப்பகுதியில் மொத்தமாக அடங்கியுள்ள அழுத்தம் வெளியேறிவிடும். இதேபோல் ஒவ்வொரு பகுதியிலும் செய்வதன்மூலம் இடைமுறிவின் நீளம் முழுவதிலும்

அடைபட்டுள்ள அழுத்தத்தை வெளியேற்றிவிடலாம். இம்முறை இன்னும் கற்பனையளவிலேயே உள்ளது. இவ்வாறு செய்வதற்குச் செலவும் மிக அதிகமாகும்.

ரிச்டரின் நிலநடுக்க அளவுகோல்

ரிச்டரின் நிலநடுக்க அளவுகோல் நிலநடுக்கத்தின்போது வெளிப்படும் விசையின் அளவை அளக்கிறது. உட்-ஆன்டர்சன் நில நடுக்கக் கருவியின் பதிவேட்டிலிருந்து கிடைக்கும் அதிர்வலையின் வீச்சிலிருந்து இது கணக்கிடப்படுகிறது. நிலநடுக்கக் கருவி குவிமையத்திலிருந்து 100 கி.மீ. தூரத்தில் வைக்கப்பட்டிருக்க வேண்டும். இந்த அளவுகோலின்படி நிலநடுக்க அளவு ஒரு எண் அதிகமானால் பத்துமடங்கு அதிகமான நடுக்கமாகவும் முப்பது மடங்கு அதிகமான சக்தி வெளிப்படுவதாகவும் உள்ளது. அளவு 2 ஆகவுள்ள நிலநடுக்கத்தைச் சற்று உணரலாம்; அளவு 5 சிறிய சேதம் ஏற்படுத்தும்; அளவு 7 மிகவும் கடுமையானது; அளவு 8 கட்டுக்கடங்காத அழிவு ஏற்படுத்தக்கூடியதாகும்.

மூலம் : IS: 1893-1984

நிலநடுக்க அளவுகோல்கள்
டி1 மாற்றமடைந்த மெர்க்காலி அளவுகோல் (சுருக்கம்)

நிலநடுக்க தரம்	குறிப்புகள்
I	மிகவும் அமைதியான சூழ்நிலையிலும் சிலரைத் தவிர மற்றவர்களால் உணரப்படாதது.
II	கட்டிடங்களின் மாடியில் அசையாமலிருக்கும்போது சிலரால் மட்டும் உணரக்கூடியது. தொங்கும் பொருட்கள் ஊசலாடலாம்.
III	வீட்டினுள் உணரப்படும். மாடிகளில் அதிர்வை உணரலாம். பலர் இதை நிலநடுக்கமென்று எண்ண மாட்டார்கள். நிற்கும் கார்கள் சற்று அதிரலாம். லாரி ஒன்று கடந்து செல்வதுபோன்ற அதிர்வு ஏற்படும்.
IV	பகலில் பலர் வீட்டினுள் உணரலாம். வெளியே சிலர் உணரலாம். இரவில் விழிப்படையச் செய்யும். கதவு, ஜன்னல்கள் அதிரும். சுவர்கள் கிறீச்சிடும். பெரிய லாரி வீட்டின்மீது மோதுவது போன்று அதிர்வு. நிற்கும் கார்கள் நன்றாக அதிரும்.

V   அனைவராலும் உணரப்படும். பலர் விழித்தெழுவர். சில தட்டுகளும் ஜன்னல்களும் உடையும். சுவரின் காரையில் வெடிப்பு. நிலையற்ற பொருட்கள் சாய்ந்து விழும். சில சமயங்களில் மரங்கள், கம்பங்கள் மற்றும் பல உயரமான பொருட்கள் சேதம். கடிகார ஊசற்குண்டு நின்றுவிடும்.

VI   அனைவரும் உணர்வர். பலர் பயந்து வெளியே ஓடுவர். கனமான கட்டில், மேசைகள் நகரும். சில இடங்களில் சுவரின் காரை பெயர்ந்துவிழும். குறைவான சேதம்.

VII   அனைவரும் வெளியே ஓடுவர். நன்கு திட்டமிட்டுக் கட்டப் பட்ட வீடுகளில் சேதமில்லை. நன்கு கட்டப்பட்ட சாதாரண வீடுகளில் குறைந்த சேதம். மோசமாகக் கட்டப் பட்ட வீடுகளில் அதிக சேதம். சிலபுகைபோக்கிகள் உடையும். கார் ஓடும்போது உணரலாம்

VIII   நன்கு திட்டமிட்டுக் கட்டப்பட்ட வீடுகளில் லேசான சேதம். சாதாரண வீடுகளில் அதிக சேதம். மோசமான கட்டிடங்களில் மிக அதிகசேதம். சுவர்கள் உடையும். புகைபோக்கிகள், தூண்கள், சுவர்கள் விழும். கனமாக கட்டில், மேசை புரண்டு விழும். நிலத்தடியிலிருந்து சிறிது மண் வெளிப்படும். கிணற்று நீரில் மாற்றம். கார் ஓட்டும்போது தடுமாற்றம்.

IX   நன்கு திட்டமிட்டுக் கட்டப்பட்ட கட்டிடங்களில் அதிக சேதம். கட்டிடங்கள் சரியும். பெரிய கட்டிடங்களில் பெருத்த சேதம். கட்டிடங்கள் அடித்தளத்திலிருந்து இடமாற்றம். நிலத்தில் பெரிய வெடிப்புகள். நிலத்தடிக் குழாய்கள் உடையும்.

X   சில நல்ல கட்டிடங்கள் அழியும். பல கற்கட்டிடங்களும் கான்கிரீட் கட்டிடங்களும் சிதைவு. நிலத்தில் பல பெரிய வெடிப்புகள், ரயில் தண்டவாளங்கள் வளையும். ஆற்றங் கரையிலும் மலைச்சரிவிலும் நிலச்சரிவுகள், மண் இடப்பெயர்ச்சி, நீர் கரைக்குமேல் சிதறும்.

XI   ஒரு சில கற்கட்டிடங்கள் நிற்கலாம். பாலங்கள் அழிவு. நிலத்தில் பெரிய வெடிப்புப் பிளவுகள். நிலத்தடிக் குழாய்கள் சேதம். நிலச்சரிவுகள், ரயில் தண்டவாளங்கள் அதிகமாக வளையும்.

XII   மொத்த அழிவு. தரையின் மேற்பரப்பில் அலைபோன்ற தோற்றம். இடங்கள் மேலும் கீழுமாக மாற்றம். பொருட்கள் தூக்கி எறியப்படும்.

6

நிலநடுக்கத்தைத் தாங்கும் கட்டிடங்கள்

'நிலநடுக்கம் தாக்காத' என்ற சொற்கள் அடிக்கடி பத்திரிகைச் செய்திகளிலும், கட்டுரைகளிலும் - ஏன், அறிவியல் தொடர்பான கட்டுரைகளிலும்கூட - பயன்படுத்தப்படுகின்றன. இதைத் தடை செய்யவேண்டும். ஏனெனில் இது நிலநடுக்கம் தாக்காத கட்டிடம் கட்ட முடியும் என்ற தவறான பொருள் கொடுக்கிறது. நிலநடுக்கம் தாக்காத கட்டிடம் என்று எதுவும் இருக்க முடியாது. 'நிலநடுக் கத்தைத் தாங்கக்கூடிய' என்பதே பொருத்தமானதாகும்.

1858இல் ராபர்ட் மாலே என்பவர் நிலநடுக்க ஆய்வியல், நிலநடுக்கக் குவிமையம், சமநிலநடுக்க அளவான கோடு, நில நடுக்கப்பகுதி, முன்னதிர்ச்சி, பின்னதிர்ச்சி என்ற சொற்களை அறிமுகப்படுத்தினார். 1857 இத்தாலிய நிலநடுக்கத்தை ஆராயும் போது கட்டிடங்களின் சேதத்தை மண்ணியல் பூர்வமாக ஆயும் விதத்தையும் அறிமுகப்படுத்தினார்:

> சுண்ணாம்பு நிறைய உள்ளது. ஆனால் காரையில் ஒட்டும் திறன் மிகக் குறைவாக உள்ளது. காரையில் பயன்படுத்தப் பட்ட மணல் மோசமாக உள்ளது. மிக நன்றாகக் கட்டப் பட்ட வீடுகளிலும் பருமனான சுவர்களின் கற்களிடையே மிகப் பருமனான காரை காணப்படுகிறது. சுவர்களில் கற்கள் ஒழுங்கற்று இடப்பட்டுள்ளன. சுவற்றில் ஒட்டுமொத்தமான இணைப்பில்லை.

நிலநடுக்க ஆராய்ச்சியில் கருவிகளைப் பயன்படுத்தும் முறை அறிமுகமான வேளையில் ஆர்.டி. ஒல்டுஹாம் 1897அசாம் நில நடுக்கம் பற்றிய புத்தகத்தில் இவ்வாறு குறிப்பிட்டார்:

> 1897 நிலநடுக்கம் வங்காள நிலக்கரிச் சுரங்கங்களில் உணரப் படவில்லை. மேல் அசாம் பகுதியிலுள்ள முகும் நிலக்கரிச்

சுரங்கத்தில் உணரப்பட்டது. சிறிய சேதம் விளைவித்தது. ஆனால் இச்சுரங்கம் மலைக்குள்ளேயுள்ளது. பூமிக்குக் கீழே அல்ல. ஆகவே பூமிக்குக் கீழேயுள்ள சுரங்கத்தையும் இதையும் இணைத்துப் பார்க்க முடியாது.

1930 ஜுலை 3 அன்று நிகழ்ந்த துப்ரி நிலநடுக்கத்தின்போது தாமோதர் பள்ளத்தாக்கிலுள்ள நிலத்தடி நிலக்கரிச் சுரங்கத்திலும் (ராணிகஞ்ச், ஜாரியா, கிரிதி) நிலநடுக்கம் உணரப்படவில்லை. ஆனால் 1934 ஜுலை 3 அன்று நிகழ்ந்த பீகார் நிலநடுக்கம் இச்சுரங்கங்களில் மிகுந்த சேதம் விளைவித்தது. நிலத்தில் ஏற்பட்ட வெடிப்புகள்மூலம் நிலத்தடிநீர் புகுந்து வெள்ளமாகிச் சேதம் ஏற்பட்டது.

ஜப்பான் சுரங்கங்களில் நடத்தப்பட்ட பரிசோதனைகளிலிருந்து ஓல்டுஹாமின் கருத்துக்கு ஆதரவு கிடைத்தது. 7 மீ. ஆழமான பள்ளங்களில், நிலத்தின் மேற்பரப்பில் காணப்பட்டதைவிடக் குறைவான அதிர்வுகள் ஏற்பட்டன. 1923 ஜப்பானிய நிலநடுக்கத்தின் அனுபவம் இதை மேலும் உறுதிப்படுத்தியது. அமெரிக்காவில் 1952 ஆகஸ்ட் 22 அன்று நிகழ்ந்த நிலநடுக்கத்தின்போது சீகோயா தேசிய பூங்காவின் ராட்சத பூங்கா பகுதியில் (கருங்கல்) சுண்ணாம்புப் பாறைகளாலான ஒரு குகைக்குள் சில சுற்றுலாப் பயணிகள் நுழைந்திருந்தனர். கருங்கல் பகுதியிலிருந்தவர்கள் நிலநடுக்கத்தை உணர்ந்தபோது குகைக்குள் சென்றவர்களைப் பற்றிக் கவலைப்பட்டனர். ஆனால் சுண்ணாம்புப் பாறைக் குகைக்குள் சென்றவர்களுக்கு நிலநடுக்கம் வந்ததே தெரியாது. இத்தனைக்கும், சுண்ணாம்புப் பாறை கருங்கல்லைவிட வலிமை குறைந்தது.

நிலநடுக்க அலைகள் சுரங்கத்தினுள்ளே ஏன் செல்லவில்லை யென்பது அதிசயமாக உள்ளது. ஜப்பானில் ஹிடாச்சி சுரங்கத்தில் 150, 350 மற்றும் 450 மீ. ஆழத்தில் வைக்கப்பட்ட நிலநடுக்கக் கருவிகளும், அமெரிக்காவில் தென் டெகோடா சுரங்கத்தில் சுமார் 1670மீ. ஆழத்திலுள்ள கருவியும் நிலத்தின் மேல் உள்ள கருவிகளைப் போலவே முடிவுகள் கொடுத்தன. சில சுரங்கங்களில் சேதம் ஏற்பட்டது தெரிய வந்துள்ளது. ஆனால் ஆழத்தில் செல்லச் செல்ல நிலத்தின் அசைவு குறைந்துகொண்டே போகிறது. இதன் காரணம் சரியாகப் புரியவில்லை. ராலே அலைகளினால் உண்டான அதிர்வால் நிலத்தின் மேற்பரப்பின் அசைவு அதிகமாகக் காணப்படுகிறது. ராலே அலைகள் சுமார்

65மீ. ஆழத்துக்குக் கீழே செல்வதில்லை. P மற்றும் S அலைகளைவிட ராலே அலைகளின் வீச்சு அதிகமாகும்.

இந்திய மண்ணியல் ஆய்வகத்தின் முன்னாள் இயக்குனர் டாக்டர் சி.எஸ். ஃபாக்ஸ் இருபதாம் நூற்றாண்டின் தலைசிறந்த மண்ணியலாராவார். அவர் எழுதிய 'பொறியியல் மண்ணியல்' என்ற புத்தகம் இப்பொருளில் இந்தியாவில் வெளியிடப்பட்ட முதல் புத்தகமாகும். இந்திய நிலக்கரிச் சுரங்கங்களைப் பற்றிய அவரது கட்டுரைகள் மிகவும் வரவேற்கப்பட்டன. அவர் 'இந்திய நிலக்கரியின் தந்தை' என அழைக்கப்பட்டார். இந்திய அலுமினியக் கருவான 'பாக்சைட்' பற்றியும் அவர் ஆய்ந்துள்ளார். நிலநடுக்கம் ஏற்படும்போது சுரங்கத்தில் நிகழ்வது பற்றிய ஓல்டுஹாமின் கருத்தை உறுதிப்படுத்தும் வகையில் ஜப்பானியர் நடத்திய பரிசோதனைகள் பற்றிச் சுருக்கமாகக் கூறியுள்ளார். இது சம வெளியிலுள்ள பொறியியலாளருக்குப் பயன்படும்:

> சமவெளியிலுள்ள வீடுகளில் நிலநடுக்க அதிர்வுகளை எவ்வாறு குறைப்பது என்பதே பொறியியலாரின் கேள்வியாகும். கடலில் நிலையாக மிதந்து கொண்டுள்ள பெரிய கப்பலைக் கண்டால் இக்கேள்விக்குப் பதில் கிடைக்கும். வீடுகளின் அஸ்திவாரத்தின் கட்டிறுக்கம் மற்றும் பரும அளவைப் பொறுத்ததாகும் இது. ஒரு கனமான கான்கிரீட்டினால் செய்யப்பட்ட மிதவை நிலநடுக்கத்தின் போது அங்குமிங்கும் அசையாது ஓர் நிலையிலிருக்கும் என்று தோன்றுகிறது. வீட்டின் அஸ்திவாரம் இதுபோன்று கனமானதாக இருந்தால் அது நிலநடுக்கத்தின்போது தான் தாங்கிக் கொண்டுள்ள வீட்டைப் பாதுகாக்கும். கல்கத்தாவில் வெண்பளிங்கினால் கட்டப்பட்ட விக்டோரியா நினைவகம் இது போன்ற கான்கிரீட் மிதவையின் மீது கட்டப் பட்டதாகும். ஒரு பெரிய கான்கிரீட் மிதவையின் மேல் எழுப்பிய சுவர்கள் பெரிய குவிமாடத்தைத் தாங்குகின்றன.

மேலும், 7 மீ ஆழத்தில் அதிர்ச்சிகள் உணரப்படவில்லை என்பது பற்றிக் கூறுகிறார்:

> பொறியியலாருக்கு இது மிக முக்கியமான செய்தியாகும். ஏனெனில், இந்த ஆழத்தில் (20 அடி அல்லது 6 மீ) முன் கூறியதைவிட எடை குறைவான கான்கிரீட் அஸ்திவாரம் அமைக்க முடியும். கோட்டையைச் சுற்றியுள்ள அகழிபோன்ற அகலமான, ஆழமான பள்ளம் அதன் பின்னாலுள்ள

இடங்களைப் பாதுகாக்கிறது. இது உண்மையானால் மிக முக்கியமான சிறு இடங்களை இவ்வாறு பாதுகாக்க முடியும்.

நிலநடுக்கத்தைத் தாங்கும் கட்டிடங்கள் பற்றி முதன்முதலாக வெளியிடப்பட்ட புத்தகங்களில் ஒன்று 1912ஆம் ஆண்டு வெளிவந்தது (நிலநடுக்க நாடுகளில் கட்டிடங்கள் கட்டுவது). இப்புத்தகத்தில் ஆல்பிரடோ மாண்ட்டல் என்பவர் இத்தாலிய நிலநடுக்கங்களைப் பற்றியும் ஜப்பானிய ஆய்வாளர்களைப் பற்றியும் தன் கருத்தைக் கூறியுள்ளார். நிலநடுக்கம் பற்றி இன்று ஏற்பட்டுள்ள ஆய்வின் முன்னேற்றமும், நில அதிர்வை அளக்கும் கருவிகளும் முறைகளும், முழு அளவிலான கட்டிடங்களில் பரிசோதனைகளும், நிலநடுக்கத்தைத் தாங்குமாறு கட்டிடங்கள் திட்டமிடுவதன் நுணுக்கங்களும் இருக்கும்போது 1912இல் கூறப்பட்ட கருத்துக்கள் மிகச் சாதாரணமாகத் தோன்றும். ஆனால் இந்தியக் கிராமப்புறங்களில் மிக எளிய கருத்துக்களைக்கூட ஏற்றுக்கொள்வது இயலாததாகும். அதாவது, சிமென்ட் கான்கிரீட்டினால் கட்டப்படும் கட்டிடங்கள் நிலநடுக்கம் வரும் இடங்களுக்கு உகந்தவையாகும். மாண்ட்டலின் கருத்துப்படி இரும்புக் கட்டிடங்கள் சரியில்லை; நன்கு இணைக்கப்பட்ட நன்றாக வெந்த செங்கற்களாலான கட்டிடங்கள் நல்லது; பெரிய பெரிய கற்களாலான கட்டிடங்கள் பாதுகாப்பானதல்ல (கில்லாரி நிலநடுக்கத்தின்போது சேதத்தின் முக்கிய காரணம்), ஆனால் சிறிய கற்களைக் கொண்டு உறுதியான காரையினால் இணைக்கப் பட்டால் மிக நல்லது; இரும்புக் கம்பிகளால் வலிமை சேர்க்கப் பட்ட கான்கிரீட் மிகவும் நல்லது; குறுகிக் கொண்டே செல்லும் சுவர்கள் நல்லது, ஏனெனில் தலைகீழ் ஊசற்குண்டின் விளைவு தவிர்க்கப்பட்டுவிடும். எல்லாச் சுவர்களும் ஒன்றோடொன்று இணைக்கப்பட்டு முழுவதும் ஒன்றுபோல் இருக்கும் வீடு மிகவும் உகந்தது. உயரம் குறைவாகவும், வட்டவடிவமாகவும், வளையாத கூரையும் கொண்டதாக இருக்க வேண்டும். பழைய வீடுகளை நிலநடுக்கத்தைத் தாங்குவதற்காகச் செப்பனிட்டால் அது சரியில்லை. நிலநடுக்கம் வரும்போது பழைய பகுதியும் புதிய பகுதியும் தனித்தனியாகப் பிளந்துவிடுகின்றன.

நிலநடுக்கத்தைத் தாங்குமாறு கட்டிடங்கள் திட்டமிடுவதற்குத் தேவையான ஆறு முக்கியமானவை: 1. மண்ணியல், 2. அஸ்தி வாரம், 3. அமைப்பும் உயரமும், 4. இறுக்கமும் வளையும் தன்மையும், 5. அதிர்வுப் பெருக்கம், 6. நிலநடுக்கக் குணகம்.

மண்ணியல்: கட்டிடம் அல்லது அணைக்கட்டு, பாறை இடைமுறிவிலிருந்து தூரமான இடத்தில் அமைக்கப்படவேண்டும். இடைமுறிவின் இரு பக்கங்களிலுமுள்ள பாகங்கள் ஒன்றுக் கொன்று மேலும் கீழுமோ அல்லது கிடைநிலையில் இங்கும் அங்குமோ தள்ளியிருக்கலாம். இவற்றில் கீழே இறங்கியுள்ள பாகம் பாதுகாப்பு குறைவானது எனக் கொள்ளலாம் (படம் 31). வெடிப்பு விழுந்தோ, தேய்ந்தோ அல்லது நொறுங்கியோ உள்ள பாகம் அபாயகரமானது. ஏனெனில் இவற்றின்மேல் அழுத்தம் அதிகமாகி இடப்பெயர்ச்சி ஆகக்கூடும். இதோடு இணைத்துப் பார்த்தால் பாறை இடைமுறிவுகள் ஆடி அடங்கியிருந்தாலும், அவை மீண்டும் உயிர்பெற்று விடலாமென்று இருப்பதால் அவற்றை நம்பி ஏமாந்துவிடக்கூடாது. மிக முக்கியமான கட்டிடங்கள் மருத்துவ மனைகள், பள்ளிகள், விமானநிலையங்கள், ரயில்வே நிலையங்கள், அணுமின்நிலையங்கள், அனல்மின்நிலையங்கள்— ஆகியவை இடைமுறிவுப் பகுதியிலோ அல்லது சறுக்குப் பெயர்ச்சியாகும் பகுதியிலோ ஒருபோதும் அமைக்கப்படக்கூடாது. நிலச்சரிவுகள் ஏற்படக்கூடிய இடங்களையும் தவிர்க்க வேண்டும். மலைப்பகுதிகளில் விளிம்புகளிலிருந்து தூரம் போக வேண்டும்.

அஸ்திவாரம்: உறுதியான பாறை மிக நல்லது; அதற்கடுத்தது இயல்வளி மாற்றங்களால் பண்புமாறிய பாறை. பண்பு மாற்றம் ஆழமாக உள்ள இடத்தில் புதிய பாறைவரை தோண்டுவதில் அதிகம் செலவாகும். ஆகவே, பண்புமாறிய பாறையின் மேல் அஸ்திவாரம் அமைப்பது தவிர்க்க முடியாதது. வண்டல் மண் படிந்த சமவெளி மிகவும் மோசமானதாகும். ஏனெனில் நில நடுக்கத்தின்போது இப்பகுதி கொந்தளிக்கும் கடல்போன்று காணப்படும். முன்கூறியதுபோல் நிலப்பரப்பில் செல்லும் நிலநடுக்க அலைகள் கடல்அலைகள் போலக் காணப்படும். சுண்ணாம்புப் பாறைப் பகுதிகளில் உட்குழிவுகள் நிலத்தடியில் ஒளிந்திருக்கும்.

வடிவமைப்பும் உயரமும்: கனச்சதுரம் அல்லது வட்ட வடிவம் மிக நல்லது. நிலநடுக்கம் ஏற்பட்டால், கட்டிடம் முழுவதும் ஒன்றாக அசையும். ஆனால் மனைநிலத்தை கூடியவரை பயன்படுத்த வேண்டும் என்பது போன்ற பல காரணங்களால் கட்டிடங்கள் L, T, U வடிவங்களில் அமைக்கப்படுகின்றன. மூலைகளில் அழுத்தம் குவிந்திருப்பதால் அவ்விடங்களின் வலிமையை அதிகப்படுத்த வேண்டும். மிக நீளமான கட்டிடத்தில் அதன் இரு ஓரங்களிலும் வெவ்வேறு விதமான நில அதிர்வுகள் தாக்கலாம். அஸ்திவாரத்தின் தன்மை வேறுபட்டிருந்தால் நில

அதிர்வுகளின் பாதிப்பு வெவ்வேறு விதமாக இருக்கலாம். ஆகவே இரண்டு தனித்தனியான கட்டிடங்கள் கட்டுவது நல்லது.

1957இல் அதிக உரயமான கட்டிடங்கள் கட்டக்கூடாதென ரிச்டர் எச்சரிக்கை விடுத்தார். இருந்தாலும், உலகெங்கும் நகரங்களில் வானளாவிய கட்டிடங்கள் கட்டப்படுகின்றன. இந்தியாவும் இதற்கு விதிவிலக்கல்ல. உயரமான கட்டிடம் மிக ஒல்லியாக இருந்தால் மிகவும் பாதிக்கப்படலாம். நீண்ட சதுரமான கட்டிடத்தின் சிறிய பக்கத்தின் நீளம் பெரிய பக்கத்தின் நீளத்தைப்போல் நான்கில் ஒரு பாகத்தைவிடக் குறைவாக இருக்கக் கூடாது. மேலும், கட்டிடத்தின் உச்சி மிகக் கனமானதாக இருக்கக் கூடாது. மாடிகளில் மேலே போகப் போக தளத்தின் பரப்பு குறைந்துகொண்டே செல்லவேண்டும். உயரத்திலுள்ள மாடிகளின் பரப்பு அதிகமாக இருந்தால் நிலநடுக்கத்தின்போது தலைகீழ் ஊசற்குண்டுபோல் அசைந்து ஆடி, சாய்ந்து விழுந்துவிடலாம். அகமதாபாத்தில் கட்டப்பட்டுள்ள அழகான சுழல் கோபுரம் தலைகீழ் ஊசற்குண்டின் சரியான உதாரணமாகும். இந்நகரம் நிலநடுக்கப்பகுதி IIIஇல் விழுகிறது. நிலநடுக்கப்பகுதி V ஆகிய கட்ச் இங்கிருந்து அதிக தூரத்தில் இல்லை.

இறுக்கமும் வளையும் தன்மையும்: மெலிதான ஜப்பானிய வீடுகளின் வளையும் தன்மைக்கு மில்னே ஆதரவளித்ததிலிருந்து வீடுகள் இறுக்கமாக உள்ளது நல்லதா அல்லது வளையும் தன்மையாக இருக்க வேண்டுமா என்ற விவாதம் ஆரம்பித்துள்ளது. 1923 ஜப்பானிய நிலநடுக்கத்தில் வளையும் தன்மையுடைய கட்டிடங்கள் விழுந்துவிட்டன, ஆனால் பல இறுக்கமான வீடுகள் அதிர்ச்சியைத் தாங்கிக் கொண்டன. ஆனால் பலமாடிகள் கொண்ட இறுக்கமான கட்டிடங்கள் நிறைய பாதிக்கப்பட்டன. இந்த இரண்டு தன்மைகளும் சேர்ந்திருந்தால் நல்லது.

கலிபோர்னியா தொழில்நுட்ப நிறுவனத்தைச் சேர்ந்த, நிலநடுக்கப்பதிவை ஆய்வதிலும் வீடுகளின் அதிர்வைப் பரிசோதிப்பதிலும் நிபுணரான ஜிடபிள்யூ ஹௌஸ்னர் கூறியதாவது:

> “நிலநடுக்கத்தின்போது கட்டிடம் அதிகமான அதிர்வுக்கு உள்ளாக்கப்படுகிறது. அதிர்வுக்கேற்ற அழுத்தங்கள் உண்டாகின்றன. இவை நில அதிர்வையும் கட்டிடத்தின் தன்மையையும் பொருத்தன. அழுத்தங்களைத் துல்லியமாகக் கணக்கிடுவது கடினம். வரக்கூடிய நிலநடுக்கத்தையும் துல்லியமாகக் கணிக்க முடியாது. கட்டிடத்தின் தன்மையையும் அதைக்

கட்டுமுன் துல்லியமாகக் கணக்கிட முடியாது. இப்போது பயன்படுத்தப்படும் முறையில் நிலநடுக்கத்துக்கு ஏற்ற ஒரு விசை கிடைநிலையில் ஏற்படும் எனக்கருதி அதற்கேற்றவாறு திட்டமிடப்படுகிறது.

நிலநடுக்க அதிர்வுகளால் ஏற்படும் விசைகள் விசையியக்க வியல் வாயிலாக அல்லாமல் நிலையமைவியல் வாயிலாகக் கணக்கிடப்படுகின்றன. கணக்கு வாய்ப்பாட்டின்படி இரண்டும் இரண்டும் சேர்ந்தால் நான்கு. ஆனால் இயற்கையில் இரண்டு என்பது இரண்டல்ல. ஆகவே நான்கு என்பது ஒரு நெருங்கிய அளவீடாகத்தான் இருக்கும்.

அதிர்வுப் பெருக்கமும் நிலநடுக்கக் குணகமும்: நிலநடுக் கத்தின்போது எல்லாக் கட்டிடங்களும் ஊசலாடும். உயரமான கட்டிடங்கள் வலிமையான காற்றடிக்கும்போதும் ஆடும். ஒரு அதிர்வு, கட்டிடத்தினூடே கடந்து செல்ல ஆகும் நேரம் அதன் 'அடிப்படைக் காலக்கூறு' எனப்படுகிறது. ஒவ்வொரு கட்டிடத்தின் அடிப்படைக் காலக்கூறு வெவ்வேறாக இருக்கும். இதை ஒரு பல்கூட்டான விதிமுறையைக் கொண்டு கணக்கிடலாம். காலக்கூறு கட்டிடத்தின் உயரத்துடன் நேர் தகவுப் பொருத்தமுடையது. அடித்தளத்தின் பரப்பு மற்றும் கான்கிரீட்டின் வலிமையுடன் எதிர்மாறான தகவுப் பொருத்தமுடையது. சிறு கட்டிடங்களின் அடிப்படைக் காலக்கூறு வினாடியின் பகுதியாகவும், பெரிய கட்டிடங்களின் அடிப்படைக் காலக்கூறு 2 வினாடியைவிட அதிகமாகவும் உள்ளது.

கட்டிடத்தின் அதிர்வெண், நிலநடுக்க அதிர்வெண்— இவையிரண்டும் சமமானால் கட்டிட அதிர்வின் வீச்சு மிக அதிகமாகி, கட்டிடம் விழுந்துவிடக்கூடும். இவ்வாறு அதிர் வெண்கள் சமமாவது அதிர்வுப் பெருக்கம் எனப்படுகிறது. அதிர்வுப் பெருக்கம் என்பது அறிவியலில் ஒலிமானி பரிசோதனை செய்தவர்களுக்கு எளிதில் புரியும். ஒலிமானியின் கம்பியின் அதிர்வெண், தட்டி இசையெழுப்பும் கருவியின் அதிர்வெண் ணுக்குச் சமமாகும்போது அக்கம்பியின் மீது வைக்கப்பட்ட காகிதம் தூக்கி எறியப்படுகிறது. இது போன்ற பரிசோதனை சுரச் செவிடானவர்களுக்குத் தேவையானது. இசைக் கலைஞருக்கும் இசைநயம் உணர்பவருக்கும் இப்பரிசோதனை தேவையற்றது. கட்டிடங்களை அதிரச் செய்து அவற்றின் அதிர்வெண்ணைக் கண்டுபிடிப்பது ஒலிமானி பரிசோதனை போன்றதாகும்.

அடிப்படைக் காலக்கூறு பற்றி அறிந்துகொள்வது கட்டிடங்களின் அதிர்வெண் நிலநடுக்க அதிர்வெண்ணுக்குச் சமமாக ஆகாமல் இருக்குமாறு கட்டுவதற்கு உதவும்.

அமெரிக்கக் கட்டிட விதிகள்

1906 கலிபோர்னியா நிலநடுக்கத்திற்குப் பின் கட்டிடவிதிகளின்படி அதிகப்படியான காற்று விசை சதுர அடிக்கு 30 பவுண்டு (சதுர மீட்டருக்கு 146 கிலோகிராம்) என்று எடுத்துக்கொள்ளப்பட வேண்டும். இதில் நிலநடுக்கம் என்ற சொல் பயன்படுத்தப் படவில்லை. 1927 முதல் அமெரிக்கக் கட்டிட விதிகளில் 'நில நடுக்கங்களிலிருந்து பாதுகாப்பு' என்று குறிப்பிடப்பட்டது.

1933இல் மிகவும் அழிவு ஏற்படுத்திய நிலநடுக்கத்துக்குப் பின் கலிபோர்னியா மாநிலத்தில் ரைலே சட்டம் கொண்டுவரப்பட்டது. அதன்படி, பண்ணை வீடுகள் போன்ற சில கட்டிடங்கள் தவிர மற்ற எல்லாக் கட்டிடங்களும் நிலநடுக்கத்தைத் தாங்குமாறு திட்டமிட்டுக் கட்டப்பட வேண்டும். இதுபோன்ற சட்டம் பள்ளிக் கூடங்களுக்கும் கொண்டுவரப்பட்டது. பின்னால் 1959இல் கலிபோர்னியாவின் கட்டிட வல்லுனர் சங்கம் பழைய விதிமுறை களிலிருந்த பல வேறுபாடுகளைக் களைந்து ஒரு விரிவான விதி முறையை ஏற்றுக் கொண்டது. இவ்விதிகள் திருத்தப்பட்டுள்ளன. ஆனால் இது மற்ற நாடுகளில் எழுதப்பட்ட விதிகளுக்கு முன் உதாரணமாக விளங்கியது.

அமெரிக்காவில் 80களின் துவக்கத்தில் நிலநடுக்கத்தைத் தாங்குவதற்காகச் செய்யப்படும் செலவு கட்டுமானச் செலவில் அதிகப்படியாக 1 முதல் 2 சதவிகிதமாக இருந்தது. ஆனால் சில கட்டிடங்களில் 10 சதவிகிதம்வரை இருக்கலாம்.

ரப்பரால் செய்யப்பட்ட நடுக்கம் தாங்குதளம்

1970களில் மலேசிய ரப்பர் உற்பத்தியாளர் ஆராய்ச்சி சங்கம் இங்கிலாந்திலுள்ள சோதனைக்கூடத்தில் ஒரு ஆராய்ச்சி மேற் கொண்டது. பாலங்கள் வெப்பத்தால் விரிவடைவதற்கு இடமளிப்பதற்காக ரப்பராலான தாங்குதளம் செய்தனர். அதன் பிறகு இக்கருத்து லண்டனில் நிலத்தடி ரயில் போக்குவரத்தினால் உண்டாகும் அதிர்வுகளைக் குறைப்பதற்காகவும் பயன்படுத்தப் பட்டது. ஓடும் ரயிலினால் ஏற்படும் செயற்கை நிலஅதிர்வைக் கட்டுப்படுத்த இயலும்போது, இயற்கையான அதிர்வுகளையும் கட்டுப்படுத்தவும் முடியுமா என்ற கேள்வி எழுந்தது. 1972இல்

ரப்பராலான தாங்குதளம் இல்லாமலும், தாங்குதளத்தோடும் அமைக்கப்பட்ட கட்டிடங்களின் மேல் நிலநடுக்க அதிர்வுகளின் விளைவு பற்றிய விரிவான ஆய்வுகள் மேற்கொள்ளப்பட்டன. ரப்பர் தாங்குதளம் அமைத்தால், அந்தக் கட்டிடத்தின் அதிர் வெண் நிலநடுக்க அதிர்வெண்ணுடன் ஒத்துப்போகாதவாறு ஆக்கி விடுகிறது என்று கண்டுபிடித்தனர். பின், பெர்க்லியில் கலிபோர்னியா பல்கலைக்கழகத்தின் நிலநடுக்கப் பொறியியல் ஆராய்ச்சி மையத்திலுள்ள 'குலுக்கும்மேடை'யில் நடத்திய ஆய்வுகளிலிருந்து சரியான ரப்பர் தாங்குதளம் செய்யப்பட்டது.

முதன்முறையாக கலிபோர்னியாவிலுள்ள சான் பெர்னார் டினோவில் சட்டம் மற்றும் நீதித்துறையின் நான்கு மாடிக் கட்டிடத்தில் ரப்பர் தாங்குதளம் பயன்படுத்தப்பட்டது. அதன் விலை 3 கோடி அமெரிக்க டாலர்களாகும். கலிபோர்னியாவை அதிரச் செய்த 4.9 ரிச்டர் அளவான் நிலநடுக்கத்தை அக் கட்டிடத்தில் இருந்தவர்கள் உணரவில்லை. 8.3 அளவு வரையான நிலநடுக்க அதிர்வுகளைத் தாங்குமாறு இது கட்டப்பட்டுள்ளது. அமெரிக்காவிலும் இங்கிலாந்திலும் பத்துக்கு மேற்பட்ட கட்டிடங்களில் இதுபோன்ற தாங்குதளம் பொருத்தப்பட்டுள்ளது. இதுபோல் அடித்தளத்தைத் தனிப்படுத்துவதன்மூலம் நிலநடுக்க அதிர்வுகளை சுமார் 10 சதவிகிதம் குறைக்கலாம்.

பண்டைய கட்டிடக்கலையின் விவேகம்

கியோஷி மூடோ என்பவர் டோக்கியோ பல்கலைக்கழகத்தில் பயின்ற பொறியியல் மாணவர். அவர் 1923 செப்டம்பர் முதல் தேதி ஜப்பானில் காண்டோ என்ற இடத்தில் நிகழ்ந்த நில நடுக்கத்தின் விளைவுகளை நுணுக்கமாக ஆராய்ந்தார். சுமார் ஒரு லட்சம் மக்கள் உயிரிழந்தனர். அன்றைய நாளில் புதிய கான்கிரீட் கட்டிடங்களில் பாதிக்கும் மேல் அழிந்தன. ஆனால் ஒரு புராதன கோவிலின் கோபுரம் நிலைத்து நின்றது. தேசிய நிலவியல் என்ற பத்திரிகை மூடோ இவ்வாறு கூறியதாக எழுதியிருந்தது: "கோபுரம் ஐந்து மாடி கொண்டது—சுமார் 30மீ. உயரமானது. காற்றுவேகமாக அடித்தால் விழுந்து விடுமாறு தோன்றியது." அவர் கோபுரங்களை ஆராய்ந்தார். மரத்தால் செய்யப்பட்ட அதன் பாகங்கள் நில அதிர்வுகளைத் தாங்குமாறு அமைக்கப்பட்டிருந்தன. கோபுரம் வளையும் தன்மையுடையதாக இருந்தது. மரத்தால் அமைந்த அதன் உள்வேலைப்பாடுகள் வலுவான நிலநடுக்க அதிர்வுகளை உள்வாங்கிக் கொண்டு அவற்றை செயலற்றதாகச் செய்யும்

வகையில் அமைந்திருந்தன. நிலநடுக்கம் அதிகம் ஏற்படக்கூடிய ஜப்பான் நாட்டில் மூடோவின் திட்டப்படிக் கட்டப்பட்ட வானளாவிய கட்டிடங்கள் இதுவரை ஏற்பட்ட நிலநடுக்கங்களை யெல்லாம் தாங்கி நிற்கின்றன.

1993 கில்லாரி நிலநடுக்கத்துக்குப் பிறகு இந்தியாவின் புராதனக் கட்டிடக் கலையின் மீது கவனம் சென்றது. பேரழிவு ஏற்பட்ட போதிலும், துல்ஜாபூரில் சிவாஜி வணங்கிய பவானி கோவில் சில கீறல்களுடன் தப்பிவிட்டதாகக் கூறப்படுகிறது. பல தென்னிந்தியக் கோவில்களில் பின்பற்றப்பட்ட ஹெம்மாடு பந்தி எனப்படும் கட்டிடக்கலையில் இக்கோவில் கட்டப்பட்டிருந்தது. பெரிய கற்களை ஒன்றின் மேலோன்றாக அடுக்கிவைத்து அவற்றை இணைக்கக் காரையில்லாமல் கட்டப்படும் முறையாகும் இது.

ரிச்டரும் இதுபோன்ற கோவில்கள் கட்டிய விதத்தைக் கவனித்துள்ளதாகத் தெரிகிறது:

> ஒன்றின் மேலொன்றாக அடுக்கி அதன் உச்சிவரை கற்களை வைத்துக் கட்டப்படும்போது அவை சிறிய நிலநடுக்கங்களை தாங்கிக் கொள்ள முடியும். ஆனால் பெரிய அளவிலான நிலநடுக்கம் ஏற்பட்டால் பல்லாண்டுகளாக நிலைத்திருக்கும் இவை கீழே விழக்கூடும்.

முழுக் கட்டிடங்களில் பரிசோதனை

ஜப்பானின் கட்டுமான அமைச்சகத்தின்கீழ் கட்டிட ஆராய்ச்சி நிறுவனத்தில் ஒரு பெரிய பரிசோதனைக்கூடம் உள்ளது. இங்கு முழு அளவிலான கட்டிடத்தைக் கட்டி அதன்மேல் நிலநடுக்கம் போன்ற அதிர்வுகளை உண்டாக்கி, அதனால் விளையும் சேதங்களை ஆராய்ந்து அதற்கேற்ப கட்டிடத்தை மாற்றியமைக்க முடியும். இப்பரிசோதனைக் கூடத்தில் ஜப்பான்-அமெரிக்கக் கூட்டு முயற்சியாக நிலநடுக்கப் பொறியியல் ஆராய்ச்சிகள் நடைபெறுகின்றன.

ஒரு பரிசோதனையில், ஏழு மாடி கான்கிரீட் கட்டிடம் முழுவதுமாக அழியுமளவுக்கு அதிரவைக்கப்பட்டது. இதில் படிப்படியாக பின்பற்றப்பட்டவை பின்வருமாறு: (1) கணிப்பொறி சுமார் 0.005 வினாடியில் ஏற்படும் நிலமுடுக்கத்தைக் கணக்கிடும்; (2) ஒவ்வொரு மாடியிலும் உண்டாகக் கூடிய விசையின் அளவு கணக்கிடப்படும்; (3) இதிலிருந்து ஒவ்வொரு மாடியிலும் உண்டாகும் இடப்பெயர்ச்சி கணக்கிடப்படும்; (4) ஒரு கருவி

கட்டிடத்தை அசைத்து கணிப்பொறி கணக்கிட்ட அளவு இடப் பெயர்ச்சி உண்டாக்கும்; (5) அசைப்பதற்குத் தேவைப்பட்ட விசை அளக்கப்பட்டு, அது கணிப்பொறிக்குள் செலுத்தப்பட்டு, கட்டிடத்தின் இறுக்கத்தின் மதிப்பு திருத்தப்படுகிறது. மேற்கூறிய முறை ஒவ்வொரு 0.005 வினாடிக்கும் திருப்பிச் செய்யப்படுகிறது.

மிச்சிகன் பல்கலைக்கழகத்தின் பேராசிரியர் ஜேம்ஸ் ரைட் மேற்கூறிய பரிசோதனையைப் பார்த்துக் கூறியதாவது:

10 வினாடி நிகழும் நிலநடுக்கத்தின் விளைவைச் சோதனையின் மூலம் அறிய சுமார் 40 மணி நேரம் ஆகிறது. சுமார் 400 கருவிகள் இரும்புப் பட்டைகளின் அசைவுகளையும், 100 கருவிகள் கான்கிரீட்டின் அசைவுகளையும், மேலும் 200 கருவிகள் பல இடங்களின் அசைவுகளையும் அளக்கின்றன.

நிலநடுக்கம் போன்ற அசைவுகளை ஏற்படுத்தும் கருவிகள் சுமார் 100 டன் விசைகொண்டு தள்ளவோ இழுக்கவோ முடியும். பரிசோதனைக் கூடத்தின் மொத்தப்பரப்பு 800,000 சதுர அடி (74,320ச.மீ.)

7

பொதுக் கொள்கை

அமெரிக்கா

1975 ஆம் ஆண்டு அமெரிக்காவின் தேசிய அறிவியல் அகாடமி நிலநடுக்கம் முன்னறிவிப்பு மற்றும் பொதுக்கொள்கை பற்றி 141 பக்க அறிக்கையொன்றை வெளியிட்டது. இது லாஸ் ஏஞ்சல்ஸில் உள்ள கலிபோர்னியா பல்கலைக்கழகத்தின் மண்ணியலார் ரால்ஃப் டர்னர் என்பவரைத் தலைவராகக் கொண்ட நிபுணர் குழுவின் ஆய்வினால் உண்டாக்கப்பட்டது. அரசியல் தலைவர்களும் சில அறிவியலாரும் நிலநடுக்கம் வரவிருப்பதை முன்னறிவித்தால் பெரும் குழப்பம் உண்டாகும் என்ற கருத்தை எதிர்ப்பதாக இக்குழுவின் கருத்து அமைந்தது. நிலநடுக்கத்தை முன்னறிவிப்பதால் பல உயிர்களைக் காப்பாற்ற முடியும். இது மிகவும் முக்கியமானது. கட்டிடங்கள் இடிந்து விழுவதே உயிர்ச்சேதத்தின் முக்கிய காரணம். ஆகவே, வலிமையான கட்டிடங்கள் கட்டப்பட வேண்டும். பழைய கட்டிடங்களை வலிமைப்படுத்துவதற்கான நிதி ஒதுக்கீடு செய்யப்பட வேண்டும். முன்னறிவிப்பு செய்வது அரசியல் விளையாட்டாக மாறிவிடக்கூடாது என்பதாலும், சில அதிகாரிகள் நிலநடுக்கம் வரப்போகிறது என்ற செய்தியை மறைத்து விடக்கூடும் என்பதாலும் இவ்வாறு பரிந்துரைக்கப்பட்டது: அன்றாட வாழ்க்கையைப் பாதிக்கக் கூடிய எச்சரிக்கைகளை வெளியிடும் பொறுப்பு மக்களால் தேர்ந்தெடுக்கப்பட்ட தலைவர்களுக்குக் கொடுக்கப்பட்டது. ஆனால் அரசினால் நியமிக்கப்பட்ட அறிவியலார் குழு ஆராய்ந்து நிலநடுக்கம் பற்றிக் கண்டுபிடித்த பின்னரே எச்சரிக்கைகள் வெளியிடப்படவேண்டும்.

1964 அலாஸ்கா நிலநடுக்கம் அறிவியலாரிடம் பெரும் விழிப்புணர்ச்சியை உண்டாக்கியது. 1965இல் அமெரிக்க முதல்வர்

லிண்டன் ஆஜான்சன் நிலநடுக்கம் முன்னறிவிக்க ஒரு குழுவை நியமித்தார். அமெரிக்க மண்ணியல் ஆய்வகம் மற்றும் அமெரிக்க கடற்கரை, புவிப்பெரும் பரப்பளவைக் கணிப்பியல் ஆய்வகம் ஆராய்ச்சிகளைத் தொடங்கின. தேசிய அறிவியல் தளம் பல்வேறு பல்கலைக்கழகங்களுக்குத் தேவையான நிதி ஒதுக்கீடு செய்தது.

ஜப்பான்

1962 முதல் ஜப்பானிய அறிவியலார் நிலநடுக்க முன்னறிவிப்பு சம்பந்தப்பட்ட ஆராய்ச்சிகளுக்கு அரசின் ஆதரவும் நிதியுதவியும் அளிக்குமாறு வேண்டினர். இக்கோரிக்கை இறுதியாக 1964 ஜூன் 16 அன்று நிகிதா நிலநடுக்கத்தினால் விளைந்த சேதத்தைக் கண்டபின் 1965இல் ஏற்றுக் கொள்ளப்பட்டது. 1976வரை சுமார் 3.6 கோடி அமெரிக்க டாலர் ஒதுக்கப்பட்டது. 1976ஆம் ஆண்டு மட்டும் 80 லட்சம் டாலர் அளிக்கப்பட்டது. சுமார் 70 நிலநடுக்கக் கருவியகங்களும், 20 இடப்பெயர்ச்சியை அளக்கும் நிலையங்களும், 10 காந்த விசை அளக்கும் நிலையங்களும் அமைக்கப்பட்டன. ஐந்து ஆண்டுகளுக்கு ஒருமுறை சுற்றாய்வு மேற்கொள்ளப்பட்டு நிலப்பரப்பில் எங்காவது வீழ்ச்சியோ அல்லது எழுச்சியோ ஏற்படுகிறதாவெனக் காணப்படுகிறது. ஒவ்வொரு சுற்றிலும் சுமார் 20,000 கி.மீ. ஆராயப்படுகிறது.

சீனா

கிராமப்புறத்திலுள்ள புராதன வீடுகளை நிலநடுக்கம் தாங்குமாறு மாற்றி அமைக்க வேண்டுமென்றால், அதற்காக மக்களால் தனியாகச் செலவிட முடியாது. ஆகவே அரசின் கட்டுப்பாட்டில் ஆராய்ச்சி மேற்கொள்ளப்பட்டது. நிலநடுக்க முன்னறிவிப்பின்படி மக்களைப் பாதுகாப்பான இடங்களுக்குக் கொண்டுசென்றால் உயிர்ச்சேதத்தைக் குறைக்கலாம். இந்தியாவைப் போலவே கிராமப்புற சீனாவில் நிலநடுக்கம் தாங்கும் வீடுகள் மிகக் குறைவு. பல வீடுகளில் கற்களாலும் மண்ணாலும் ஆன சுவர்களின்மீது கனமான ஓடுகள் அல்லது மண்ணால் வேயப்பட்ட கூரைகள் கொண்டு காணப்படுகின்றன. நகரங்களிலும் செங்கற்களாலான வீடுகள் உள்ளன. நிலநடுக்கங்களின்போது வீடுகள் இடிந்து விழுவதால் உயிர்சேதம் ஏற்படுகிறது. 1966இல் சிங்காய் நிலநடுக்கத்தில் பாதிக்கப்பட்ட இடத்தைப் பார்வையிட்ட பிரதமர் சூ என்லாய் தேசிய நிலநடுக்க முன்னறிவிப்பு பற்றி ஆராய்ச்சி துவங்குவதை அறிவித்தார்.

ரஷ்யா

அதிகாரப்பூர்வான ஆராய்ச்சி தொடங்கியது ஜப்பானியருக்குப் பின்னரே ஆனாலும், 1938 முதலே ரஷ்ய அறிவியலார் இது பற்றிய ஆய்வு மேற்கொண்டிருந்தனர். ஆல்மா அடா பகுதியில் சாய்வு மானிகள் நிறுவினர். 1949இல் கைத் நிலநடுக்கத்தின்போது 12,000 மக்கள் கொண்ட ஒரு கிராமம் அழிந்ததைக் கண்டு நிபுணர் குழுவை அனுப்பி, நிலநடுக்க முன்னறிவிப்பு செய்வதற்கான விபரங்களைச் சேகரித்தனர்.

நிலநடுக்கத்தை எதிர்கொள்ளத் தயாரிப்பு

நிலநடுக்கத்துக்கு மிகவும் பயந்தவர்கள் அறிந்துகொள்ள வேண்டிய உண்மை என்னவென்றால், ஒரு வருடத்தில் சுமார் 100,000 சிறு அதிர்ச்சிகள் உலகெங்கும் உண்டாகின்றன. மேலும் இவற்றில் நிலநடுக்கம் எது, நிலநடுக்க முன்னதிர்ச்சி எது என்று கண்டு கொள்வது அரிது. நிலநடுக்கத்தின் காரணமாக உயிரிழக்கும் அபாயம், தினமும் ரயிலிலோ, காரிலோ, சைக்கிளிலோ அல்லது நடந்தோ செல்லும்போது விபத்து நேரிடக்கூடிய அபாயத்தைவிடக் குறைவாகும். விமானப் பயணத்திலும் அதிக அபாயம் உள்ளது.

சில விஷயங்களைக் கடைப்பிடித்தால் நிலநடுக்கத்தின் அபாயத்தை வெகுவாகக் குறைக்கலாம். 1984இல் ரூர்க்கியில் நிலநடுக்க அபாயமும் அதைக் குறைக்கும் வழிகளும் என்ற தலைப்பில் ஒரு பன்னாட்டுக் கருத்தரங்கம் நடைபெற்றது. டாக்டர் பி.ஜி. தேஷ்பாண்டே நிலநடுக்கங்களும், விலங்குகளும், மனிதனும் (1987) என்ற தலைப்பில் மகாராஷ்டிர அறிவியல் வளர்ப்புக் கழகம் வெளியிட்ட தனது புத்தகத்தில் இது பற்றிய விவாதங்களைச் சுருக்கமாகக் குறித்துள்ளார். அதன் சாராம்சம் பின்வருமாறு:

நிலநடுக்கம் வரும்முன் செய்ய வேண்டியது என்ன?

நிலநடுக்கம் வரப்போகிறதென்று தெரிந்தால் உடனே வீட்டுக்கு வெளியே போய்விடுவது நல்லது. நிலநடுக்கத்தின் அபாயம் தீரும்வரை திறந்த வெளியிலோ அல்லது தற்காலிகமாக அமைக்கப்படும் கூடாரத்திலோ இருக்கவேண்டும். சுருக்கமாகச் சொன்னால், சரியான முன்னெச்சரிக்கையுடனிருந்தால் உயிருக்கு பாதிப்பு ஏற்படாது.

- அமைதியாக இருக்க வேண்டும்; பதட்டப்பட்டால் அதிக தீங்கு விளையும்.

- மேற்பாகம் கனமாக இருக்கும் மேசை, அலமாரி, குளிர் பதனப்பெட்டி போன்ற எல்லாப் பொருட்களையும் சுவரோடு சேர்த்து இணைக்க வேண்டும்.
- உணவுப் பொருட்கள், தண்ணீர், உடை, மெழுகுவர்த்தி, கைமின் விளக்கு, மருந்து, ரேடியோ, ஹெல்மெட், முதலுதவிப் பெட்டி, கம்பளி ஆகியவற்றைத் தயாராக் வைத்திருக்கவேண்டும். தண்ணீர் எடுத்துச் செல்ல கண்ணாடி பாட்டிலைவிட பிளாஸ்டிக் பாட்டில் நல்லது.
- எளிதில் தீப்பற்றக்கூடிய பொருட்களையும் வெடிமருந்து களையும் பாதுகாப்பான தூரத்தில் வைக்கவேண்டும்.
- வாயு அடுப்பு, மின் அடுப்பு மற்றும் தண்ணீர்க்குழாயை அணைத்து மூடிவிடவேண்டும்.
- வீட்டிலுள்ள அனைவருக்கும் இம்மாதிரியான நெருக்கடி நிலையில் என்ன செய்யவேண்டுமென்று பயிற்சி அளிக்க வேண்டும்.
- நிலநடுக்கத்துக்குப் பின் கொள்ளைநோய் ஏற்படாமலிருப்ப தற்காக சுத்தமான உணவையும் தண்ணீரையும் பயன்படுத்த வேண்டும்.
- பாழடைந்த நிலையிலுள்ள வீடுகளிலிருந்தும் அனை வரையும் வெளியேற்றிவிட வேண்டும். ஏனெனில், இது போன்ற வீடுகள்தான் முதலில் இடிந்துவிழும்.

நிலநடுக்கத்தின்போது செய்ய வேண்டியது என்ன?

நிலநடுக்கத்தின்போது செய்ய வேண்டியவற்றைப் பற்றிச் சரியான நடைமுறை உள்ளது. நிலநடுக்கம் சிலவினாடிகள் அல்லது ஓரிரு நிமிடங்களே நிலைக்குமாதலால், நாம் அறியும் முன்னரே நிலநடுக்கம் நம்மைச் சுற்றி எல்லா இடங்களிலும் பரவிவிடும்.

- பதட்டப்படக்கூடாது. பூமி அசைவது அனைவரையும் திகிலடையச் செய்யும்.
- நில நடுக்கத்தின்போது வீட்டிலோ அல்லது வேறு கட்டிடத்திலோ இருந்தால் உறுதியான வாசல் அல்லது மேசை அல்லது கட்டிலுக்கு அடியில் சென்றுவிட வேண்டும். வெளிப்புற வாசலுக்கு அருகிலோ அல்லது வெளிச்சுவரை ஒட்டியோ நிற்கக்கூடாது. இது பாது காப்பான இடமல்ல. சுவர் இடிந்துவிழக்கூடும்.
- வெளியே சென்றால் பாதுகாப்பு அதிகம் என்றாலொழிய வெளியே செல்லக்கூடாது.

- நிலநடுக்கத்தின்போது திறந்தவெளியில் இருந்தால் அங்கேயே இருக்கவேண்டும். காரில் சென்று கொண்டிருந் தால் மரங்கள், கட்டிடங்களிலிருந்து தள்ளி நிறுத்தவும்.
- சுவரின் வெளிப்பூச்சு, செங்கல் போன்ற பொருட்கள் கீழே விழலாம்.
- வாயு அடுப்பு, மெழுகுவர்த்தி மற்றும் தீக்குச்சியைப் பற்ற வைக்கக்கூடாது. எளிதில் பற்றிவிடக்கூடிய வாயு அருகில் இருக்கலாம்.
- தானியங்கிப் படிக்கட்டைப் பயன்படுத்தக்கூடாது. படிக் கட்டில் கூட்டமாக இருந்தால் வரிசையாகச் செல்ல வேண்டும்.

நிலநடுக்கத்துக்குப் பின் செய்ய வேண்டியது என்ன?

நிலநடுக்கம் நின்றபின் அனைவரையும் காப்பாற்ற வேண்டிய வேலைகள் அதிகம் இருக்கும். காயமடையாமல் தப்பியவர்கள் இடிபாடுகளில் மாட்டியுள்ளவர்களை மீட்கும் வேலையில் ஈடுபடுவர். இடிபாடுகளில் மாட்டியுள்ளவர்கள் அமைதியாகக் காத்திருக்க வேண்டும். முடிந்தால் ஏதாவது பொருளை வைத்துத் தட்டி ஒலியெபப்பி மற்றவர்களின் கவனத்தை ஈர்க்கலாம்.

- உங்கள் குடும்பத்தினர் அல்லது பக்கத்து வீட்டாரில் யாருக்கும் காயம் பட்டிருந்தால் மருந்துதவி வரும்வரை அவர்களுக்குத் தேவையான உதவிபுரிய வேண்டும்.
- மின்சாரம், எரிவாயு, தண்ணீர் மற்றும் கழிவுநீர் இணைப்பு களைக் கவனிக்கவும். அவை பழுதுபட்டிருக்கலாம். சரிப்படுத்துவதற்குச் சில நாட்களாகலாம். இவ்வசதிகள் இல்லாமல் சில நாட்களைக் கடத்த வேண்டியதிருக்கும்.
- எங்காவது தீப்பற்றியுள்ளதா என்று கவனிக்க வேண்டும். தீயணைப்புக் கருவிகளைத் தயார்நிலையில் வைக்க வேண்டும். தீக்குச்சியைக் கொளுத்தக் கூடாது. அருகில் எரிவாயு கசியலாம்.
- அரசு அல்லது மீட்புக் குழுவிலிருந்து வானொலி மூலமாகவோ அல்லது வேறு வகையிலோ செய்யப்படும் அறிவிப்புக்காகக் காத்திருக்க வேண்டும். மீண்டும் அதிர்ச்சிகள் வருவது பற்றியும், மீட்புப் பணிகள் பற்றியும் விபரங்கள் கிடைக்கக் கூடும்.
- தொங்கிக் கொண்டிருக்கும் கட்டிடப் பாகங்களின் கீழ் நிற்கக்கூடாது. அவை மீண்டும் வரும் அதிர்ச்சியின்போது கீழே விழலாம்.

1969 மார்ச் 26 அன்று வாஷிங்டன் போஸ்ட் என்ற பத்திரிகையின் பேட்டியில் ரிச்டர் இவ்வாறு கூறினார்: நிலநடுக்கத்தினால் ஒரு சில மக்களே நேரடியாகக் காய மடைந்தும் உயிரிழந்துமுள்ளனர். மிகப் பழைய வீடுகள் இடிந்து விழுந்ததாலும், அடக்க முடியாத தீயினாலுமே அதிகக் காயமும் உயிர்ச்சேதமும் ஏற்பட்டுள்ளது.

எழுபதுகளில் வேறொரு பேட்டியில் கூறினார்: கலிபோர்னியாவிலும் மற்ற இடங்களிலுமுள்ள மக்கள் நில நடுக்கத்தை எண்ணி ஏன் கவலைப்படுகிறார்கள்? தினந் தோறும் நாம் சந்திக்கும் போக்குவரத்து போன்றவற்றைவிடக் குறைவான அபாயம் உள்ளதுதான் நிலநடுக்கம்.

பின்னிணைப்பு

நிலநடுக்க ஆய்வின் பொருளாதார முக்கியத்துவம்

நிலநடுக்கக் கருவி கண்டுபிடிக்கப்பட்டது ஒரு விதத்தில் பார்த்தால் தேவையானதுதான் என்றாலும், ஓல்டுஹாம் P மற்றும் S அலைகளைப் பற்றியும் பூமியின் உள்ளமைப்பு பற்றியும் செய்த ஆய்வு எதற்கும் பயன்படாது என்று சிலர் கூறுவர். எந்த ஒரு அறிவியல் ஆராய்ச்சியும் ஏதாவது ஒரு விதத்தில் பயனுள்ளதாக இருக்கவேண்டும் என்று கருதுவார்கள். ஓல்டுஹாமின் விதியின் மூலம் மற்ற அறிவியலாரால் பூமியின் உள்ளேயுள்ள பல அடுக்குகளைக் கண்டுகொள்ள முடிந்தது. S அலைகளின் வேகம் பாறைகளின் விதத்தைப் பொறுத்தது என்றும், அவை அடுக் கடுக்காக பாறைகளிலிருந்து பிரதிபலிக்கப்பட்டு அல்லது கதிர் விலக்கப்பட்டு வரும் நேரத்தை அளப்பதன்மூலம் அடுக்குகளின் பருமனைக் கணக்கிட முடியும் என்றும் கண்டுபிடிக்கப்பட்டது. நிலத்தடியிலுள்ள எண்ணெய்வளம் கொண்ட பாறைகளைக் கண்டுபிடிக்க நிலநடுக்கவியல் ஒரு முக்கியமான நில இயற்பியல் கருவியாகும். எண்ணெய் நிறைந்துள்ள ஒரு அமைப்பு 'மேல் வளைமடிப்பு' எனப்படுகிறது. வானவில் போன்ற வடிவத்தில் அமைந்த இதன் உச்சியில் எரிவாயு அடைபட்டுள்ளது. முதன் முதலில் ஓல்டுஹாம் 1855ஆம் ஆண்டு பர்மாவில் ஏனங்கியாட் என்ற இடத்திலுள்ள எண்ணெய்க் களத்தில் பணிபுரியும்போது பாறைகளில் மேல்வளைமடிப்பு அமைப்பு எண்ணெய்க் கிணற்றுக்கு ஏற்றதாகும் எனக் கருத்துத் தெரிவித்தார் (படம் 33). நிலநடுக்கவியலைப் பயன்படுத்தி அணைக்கட்டுகள் மற்றும் பெரிய கட்டிடங்களின் அஸ்திவாரத்தை ஆய்வதும், நிலநடுக்கப் பொறியியல் பயன்படுத்தும் முறைகளும், நிலநடுக்க ஆய்வின்மூலம் எண்ணெய்க் கிணறுகளைக் கண்டுபிடித்தன் உப பயனாகும்.

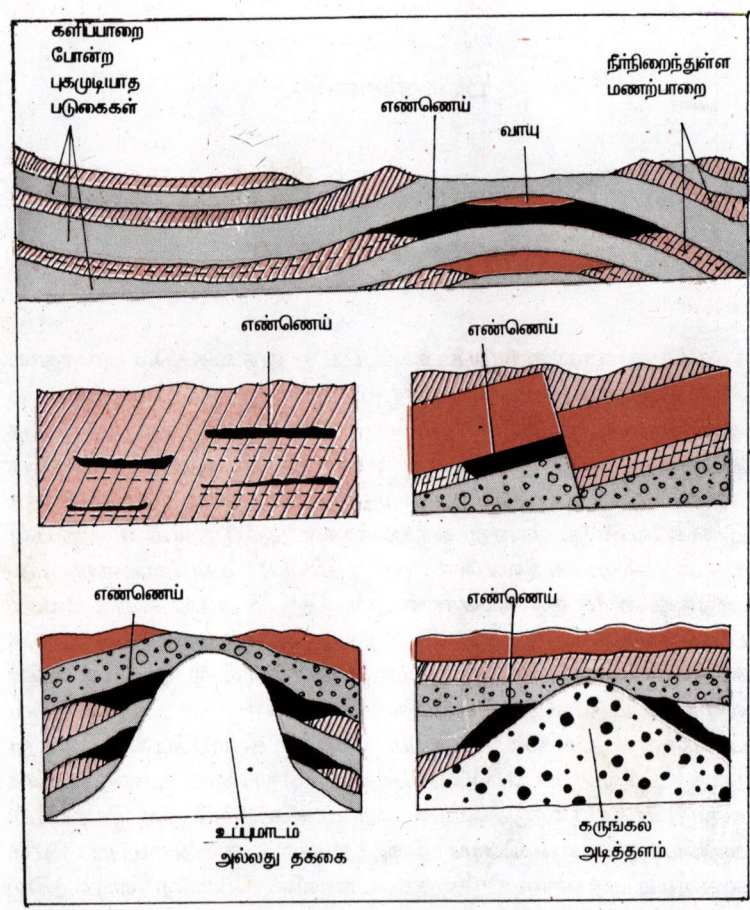

படம் 33 அ: எண்ணெயும் வாயுவும் தேங்கியுள்ள பல்வேறு மண்ணியல் அமைப்புகள் காட்டப்பட்டுள்ளன. இவை 'எண்ணெய்த் தேக்கங்கள்' எனப்படுகின்றன. நிலப்பரப்புக்குக் கீழே அதிக ஆழத்தில் உள்ள இவற்றைக் கண்டுபிடிக்க நிலநடுக்க அறிவியல் நன்கு பயன்படுகிறது. மேலேயுள்ள படம் வளைமடிப்பு எனப்படுகிறது. 1855இல் முதன்முதலாக டி. ஓல்டுஹாம் எண்ணெய் மற்றும் வாயு தேங்குவதற்கு மிகவும் ஏற்றதாகும் என இதைக் குறிப்பிட்டார். நிலநடுக்கவியலின் மூலம் ஆய்வு செய்யும்போது, சிறிய பள்ளம் தோண்டி அதில் வெடிமருந்தினால் அதிர்வுகள் உண்டாக்கப்படுகின்றன. அதிர்வுகளின் வேகத்தை அளந்து அதிலிருந்து அதிர்வுகள் கடந்துசெல்லும் நிலத்தைப் பற்றிக் கணிக்கலாம்.

பின்னிணைப்பு 105

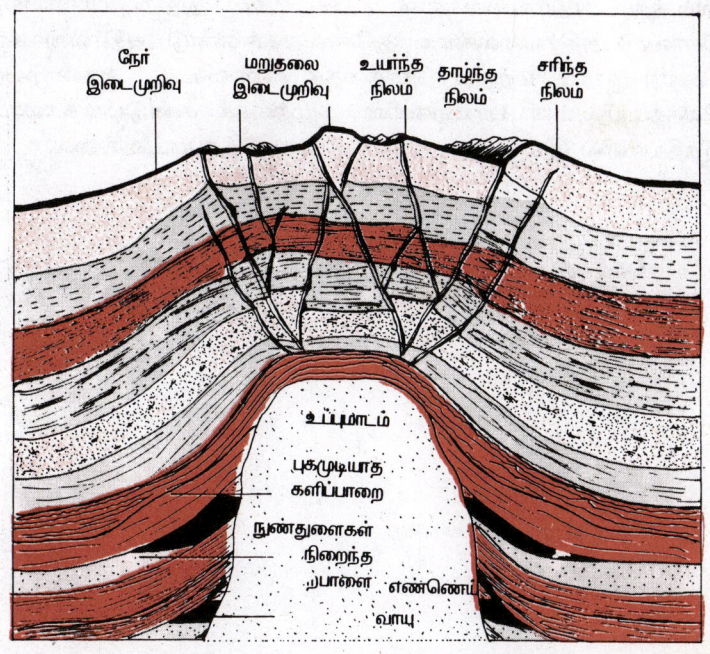

படம் 33 ஆ: உப்புமாடம் அல்லது தக்கை இங்கு விவரமாகச் சித்தரிக்கப் பட்டுள்ளது. தக்கை மேல்நோக்கித் தள்ளியதால் மேல்வளைமுடிப்பு உண்டாகியிருக்கிறது. வளைகுடாப் பகுதியில் உள்ள எண்ணெய் நிலங்களில் பொதுவாகக் காணப்படும் இந்த அமைப்பில் உப்பு நிறைந்துள்ளது. இவை உருண்டையாகவோ அல்லது நீள்உருண்டை யாகவோ இருக்கும். பொதுவாக அதைச் சுற்றியுள்ள நிலப்பரப்பில் தென்படாது. பாறை அடுக்குகளை உந்தித்தள்ளியதால் பாறை அடுக்குகள் மடிந்து இடைமுறிவுகளாகி இருக்கும். இடைமுறிவுகளுக்கு இடையே உள்ள நிலத்தின் மேற்பரப்பில் சில பகுதிகள் உயர்ந்தும், சில பகுதிகள் தாழ்ந்தும் காணப்படுகின்றன.

அணைக்கட்டுகள் மற்றும் பெரிய கட்டிடங்களைத் திட்டமிடும்போது அவற்றினடியே உள்ள பாறைப் படுகையின் ஆழத்தைக் கணிப்பதற்காக நிலநடுக்கக் கருவியும் சம்மட்டியும் பயன்படுத்தும் முறை பலகாலமாக இருந்துவருகிறது. இது பலருக்குத் தெரியாது. இதன்மூலம் சீக்கிரத்தில் பாறையின் ஆழத்தைக் கண்டுபிடிக்கலாம். இது முற்றிலும் துல்லியமான கணக்கீடாக இருக்கும். நிலநடுக்கக் கதிர்விலகல் தத்துவம் இதில் பயன்படுகிறது. வெடிமருந்துகள் தேவையில்லை. இதற்குத் தேவை ஒரு சம்மட்டியும் ஒரு அதிர்வுமானியும். சம்மட்டியால் நிலத்தில்

அடித்து, அதிர்வலைகளை உண்டாக்கி, அதிரவுமானியைக் கொண்டு அதிர்வலைகள் வந்துசேர்வதைக் கண்டு, அதிர்வலைகள் சென்ற தூரம் மற்றும் நேரத்தைக் கணக்கிட்டு, அதன்மூலம் நிலத்தடியிலுள்ள பாறைகளின் ஆழத்தைக் கண்டுபிடிக்கலாம். இந்தியாவில் இம்முறை அதிகம் பயன்படுத்தப்படவில்லை.

Printed at: Gita Offset Printers Pvt. Ltd., New Delhi-110020